डिझेल मेकॅनिक मराठी MCQ

मनोज डोळे

डिजिटायझेशन ही काळाची गरज आहे. भविष्यात, प्रशिक्षण अधिक सोयीस्कर आणि सोपे करण्यासाठी औद्योगिक प्रशिक्षण संस्थांमध्ये ऑनलाइन इंटरनेट वापरून प्रशिक्षण घेणे आवश्यक आहे. MCQ प्रश्नांचा संच असलेली ई-पुस्तके प्रशिक्षणार्थींना उपलब्ध करून दिली जातील कारण त्यांना त्यांच्या औद्योगिक प्रशिक्षण संस्थांमध्ये होणाऱ्या ऑनलाइन परीक्षांच्या तयारीसाठी MCQ प्रश्नांची अधिक सवय होणे आवश्यक आहे.

या सर्व बाबी लक्षात घेऊन श्री.मनोज मधुकर डोळे प्रशिक्षक, औद्योगिक प्रशिक्षण संस्था, सातारा यांनी नवीन वार्षिक प्रणाली आणि NSQF-5 अभ्यासक्रमानुसार पुस्तके लिहिली आहेत. आणि त्यांनी प्रशिक्षण सुलभ करण्यासाठी सैद्धांतिक मोबाइल ॲप्स आणि ब्लॉग तयार केले आहेत आणि हे सर्व शैक्षणिक साहित्य जगप्रसिद्ध Google Play Store, Amazon आणि Apple Book Store वर डाउनलोड करण्यासाठी उपलब्ध केले आहे.

पुस्तकांचे प्रकाशन माननीय सहसंचालक श्री राजेंद्र घुमे साहेब प्रादेशिक व्यावसायिक शिक्षण व प्रशिक्षण कार्यालय, पुणे यांच्या हस्ते दिनांक 9/1/2019 रोजी करण्यात आले, यावेळी श्री प्रकाश सायगावकर साहेब प्राचार्य शासकीय औद्योगिक प्रशिक्षण संस्था औंध पुणे, श्री तुकाराम मिसाळ साहेब प्राचार्य डॉ. सरकार प्र.संस्था सातारा, श्री सचिन धुमाळ साहेब जिल्हा व्यवसाय शिक्षण व प्रशिक्षण अधिकारी सातारा, श्री यतीन पारगावकर साहेब मुख्याध्यापक गो. प्र.संस्था कोल्हापूर, श्री विकास टेके साहेब निरीक्षक व्यावसायिक शिक्षण व प्रशिक्षण क्षेत्रीय कार्यालय पुणे, पालेकर फूड्स प्रॉडक्ट्स प्रा. लि.चे सातारा येथील उद्योजक अध्यक्ष श्री.नीळकंठराव पालेकर साहेब, हिरा फूड्स चे चेअरमन श्री.इब्राहिम बाबा तांबोळी साहेब, सौ.शाल्मली पवार मुख्याध्यापिका शासकीय तंत्रनिकेतन केंद्र सातारा व इतर मान्यवर यावेळी उपस्थित होते.

अनुक्रमणिका

प्रस्तावना

डिझेल मेकॅनिक मराठी MCQहे आयटीआय अभियांत्रिकी कोर्स मेकॅनिक डिझेल, सेम-1 आणि 2, 2018 मध्ये 2022 मध्ये NSQ F-5 अभ्यासक्रमासाठी एक साधे ई-पुस्तक आहे. यामध्ये अधोरेखित आणि ठळक अचूक उत्तरांसह वस्तुनिष्ठ प्रश्नांचा समावेश आहे MCQ मध्ये सर्व विषय समाविष्ट आहेत ज्यात सर्व विषय समाविष्ट आहेत उपकरणे आणि उपकरणे, कच्चा माल, मोजमाप, मार्किंग टूल्स, मूलभूत फास्टनिंग आणि फिटिंग ऑपरेशन्स, आर्क आणि गॅस वेल्डिंग, हायड्रॉलिक वापरून जोडणी जोडणे. आणि वायवीय घटक, एअर आणि हायड्रॉलिक ब्रेक सिस्टम, एलएमव्हीचे डिझेल इंजिन, सिलेंडर हेड, व्हॉल्व्ह ट्रेन, पिस्टन, कनेक्टिंग रॉड असेंबली क्रँकशाफ्ट, फ्लायव्हील आणि माउंटिंग फ्लँज, स्पिगॉट आणि बेअरिंग्ज, कॅमशाफ्ट, कूलिंग, स्नेहन, इंटेक आणि एक्झाईन सिस्टम स्टार्टर, अल्टरनेटर आणि बरेच काही.

आम्ही प्रत्येक नवीन आवृत्तीसह नवीन प्रश्नांची उत्तरे जोडतो. कृपया काही त्रुटी/वगळल्यास आम्हाला ईमेल करा. सर्व अभियांत्रिकी बहुपर्यायी प्रश्न आणि उत्तरांसाठी हे निर्विवादपणे सर्वात मोठे आणि सर्वोत्तम ई-पुस्तक आहे.

विद्यार्थी म्हणून तुम्ही ते तुमच्या परीक्षेच्या तयारीसाठी वापरू शकता. हे ई-पुस्तक प्राध्यापकांना साहित्य रीफ्रेश करण्यासाठी देखील उपयुक्त आहे.

नांदी, प्रस्तावना

21 व्या शतकातील औद्‍योगिक क्षेत्रातील वेगाने वाढणाऱ्या मागणीच्या अनुषंगाने बहु-कुशल कारागीरांचा पुरवठा करण्यासाठी व्यवसाय शिक्षण आणि व्यवसाय प्रॅक्टिकल विभागामार्फत व्यावसायिक शिक्षण आणि प्रशिक्षण विभागामार्फत व्यावसायिक शिक्षण आणि प्रशिक्षण दिले जाते. संस्थांमधील सर्व व्यवसाय महत्त्वाचे आहेत, कारण या व्यवसायांतील प्रशिक्षणार्थी उद्‍योगाच्या मागणीनुसार बहु-कौशल्ये विकसित करतात.

औद्‍योगिक क्षेत्रातील सर्व उद्‍योगांमधील सर्व परीक्षा ऑनलाइन घेतल्या जातात आणि त्यामध्ये MCQ पद्धतीच्या प्रश्नांचा समावेश होतो हे लक्षात घेऊन सर्व व्यवसायांसाठी योग्य MCQ ई-पुस्तके उपलब्ध करून देण्याच्या उदात्त हेतूने. श्री.मनोज मधुकर डोळे यांनी नवीन वार्षिक अभ्यासक्रमानुसार MCQ पद्धतीवर खूप चांगले ई-बुक लिहिले आहे. हे ई-बुक सर्व प्रशिक्षणार्थी, प्रशिक्षणार्थी उमेदवार, प्रशिक्षण प्रशिक्षक आणि संबंधित इतरांसाठी निश्चितच मार्गदर्शक ठरेल.

पुस्तकाचे लेखक श्री.मनोज मधुकर डोळे आहेत, इन्स्ट्रक्टर गव्हर्नमेंट ITI सातारा यांना 17 वर्षांचा प्रशिक्षणाचा अनुभव आहे. नवीन वार्षिक पॅटर्न म्हणून लिहिलेल्या, या ई-बुकमध्ये प्रत्येक विषयासाठी मांडणी, सोपी भाषा आणि सोपी वाक्यरचना, आकृती आणि व्हिडिओ समजून घेण्यासाठी आधुनिक डिजिटल QR कोड तंत्रज्ञान समाविष्ट केले आहे. त्यामुळे सखोल अभ्यास आणि परीक्षेच्या सरावासाठी हे ई-बुक नक्कीच उपयोगी पडेल याची मला खात्री आहे. त्यांनी केलेले काम नक्कीच कौतुकास्पद आहे.

श्री तुकाराम मिसाळ
प्राचार्य शासकीय औद्‍योगिक प्रशिक्षण संस्था सातारा.

ऋणनिर्देश, पावती

DGET नवी दिल्ली आणि CSTARI कोलकाता ऑगस्ट 2018 च्या सत्रापासून ITI मधील सर्व व्यवसायांसाठी वार्षिक पॅटर्न लागू करत आहेत. परीक्षा पद्धतीतही बदल करण्यात येणार असून या वर्षीपासून ती ऑनलाइन होणार असून सर्व प्रश्न वस्तुनिष्ठ स्वरूपाचे (MCQ) असल्याने प्रशिक्षणार्थींना सखोल अभ्यासाची नितांत गरज आहे. हे लक्षात घेऊन जुन्या NIMI पॅटर्नवर आधारित पुस्तके आणि नवीन वार्षिक पॅटर्नचे संपूर्ण विहंगावलोकन सादर करताना आम्हाला आनंद होत आहे आणि आम्हाला आशा आहे की ही पुस्तके सर्व व्यवसाय संचालक आणि प्रशिक्षणार्थींसाठी मार्गदर्शक ठरतील. आहे.

ही पुस्तके लिहिल्याबद्दल जोहर आवटे साहेब, ITI अकलूजचे प्राचार्य. ITI सातारा चे माजी प्राचार्य सायगावकर साहेब, सहाय्यक संचालक श्री चंद्रकांत ढेकणे साहेब व्यवसाय शिक्षण व प्रशिक्षण प्रादेशिक कार्यालय, पुणे, जिल्हा व्यवसाय शिक्षण व प्रशिक्षण अधिकारी सचिन धुमाळ साहेब व मुख्याध्यापिका शासकीय तंत्रनिकेतन केंद्र शाल्मली पवार मॅडम व मुलगा अधिराज डोळे, आई कुसुम डोळे. , माझे वडील मधुकर डोळे आणि पत्नी अश्विनी डोळे यांनी वेळोवेळी केलेल्या विशेष मार्गदर्शन व सहकार्याबद्दल मी त्यांचा मनःपूर्वक आभारी आहे.

तसेच अतिशय कमी कालावधीत पुस्तक प्रकाशित करण्यात अमूल्य वेळ दिल्याबद्दल श्री राजेंद्र घुमे साहेब, सहसंचालक, व्यवसाय शिक्षण व प्रशिक्षण प्रादेशिक कार्यालय, पुणे यांनी पुस्तकाचे पुनरावलोकन केले. त्यांच्या अभिप्रायाबद्दल मी मनापासून आभारी आहे.

पुस्तक लिहिण्याच्या सुरुवातीपासूनच सतत पाठबळ दिल्याबद्दल ITI सातारा च्या प्रशिक्षकांचा मी आभारी आहे.

या पुस्तकातून, ई-लर्निंगबद्दलचे माझे विचार तुमच्याशी शेअर करण्यात मी स्वतःला धन्य समजतो. हे पुस्तक परिपूर्ण आहे असा दावा मी करणार नाही, कारण परिपूर्णतेचा विचार करता हे पुस्तक एक प्रयत्न आहे आणि बाल्यावस्थेत आहे. त्यांची चाचणी आणि सूचना दिल्यास ते सुधारण्यासाठी मोलाचे ठरतील.

मनोज डोळे

दिनांक 9/1/2019

1

डिझेल मेकॅनिक मराठी MCQ Drawing

Online Test Exam
ITI Books
CNC Course
AutoCAD CAM
JOB & Apprentice
Online Theory
Computer Course
Trading Course
Web Designing
MSCIT Course
Shopping Business
Internet Business
Remotasks Course
Online Services
Top Sportsmans
Indian Army
Freedom Fighters
Top Scientists
Social Reformers
Motivational Speaker
Top Richest People
Join WhatsApp Group
Join Facebook Group
Like Facebook Page
PAN / Adhar / Licence Passport

Fire extinguisher

Calliper

Hacksaw frame

Universal surface guage

Hammer

Centre punch

Bench vice

Files

Scraper

Surface Plate

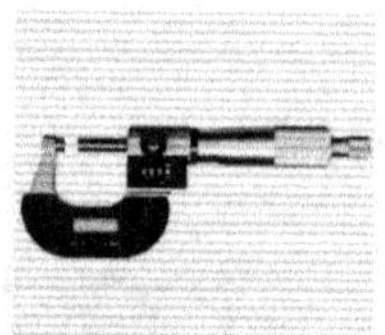

Outside Micrometer

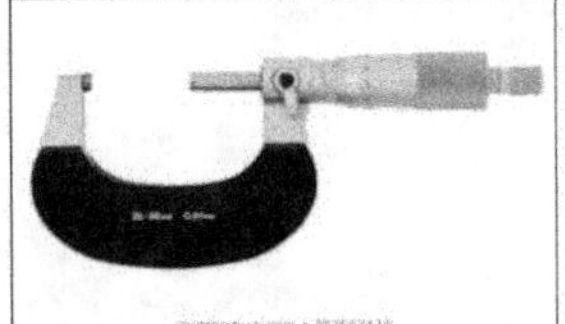

Micrometer

Depth micrometer

Vernier Calliper

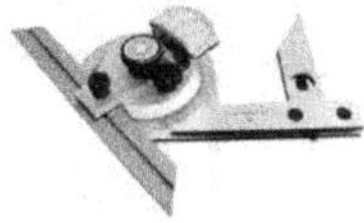

Vernier bevel protractor

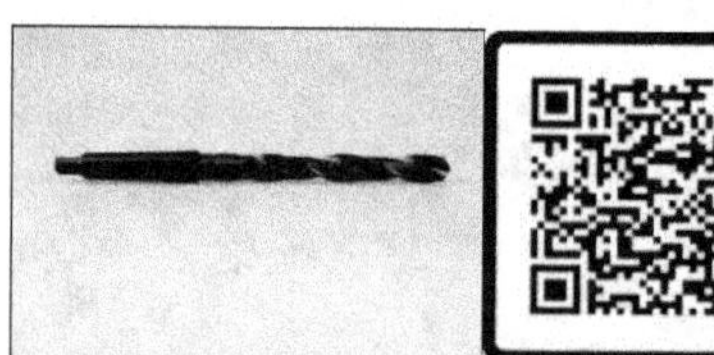

Drilling

Reamer

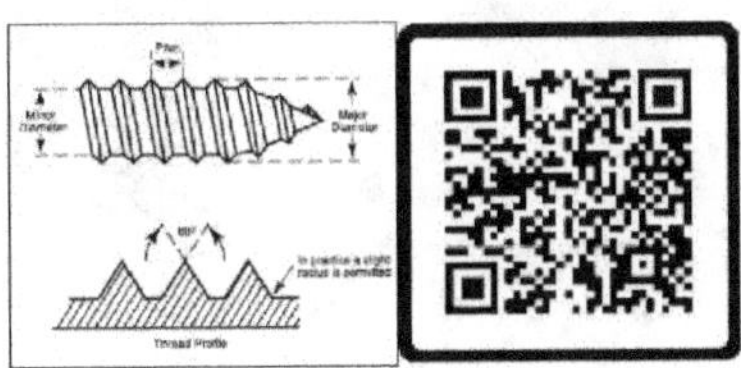

Thread

Tap Die

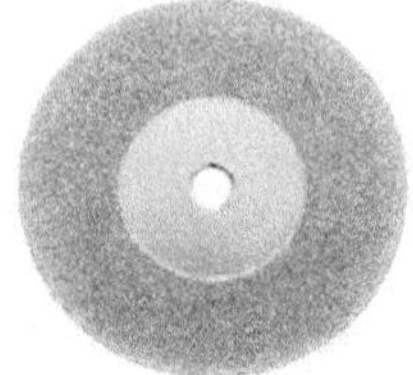

Grinding Wheel

Slip gauge

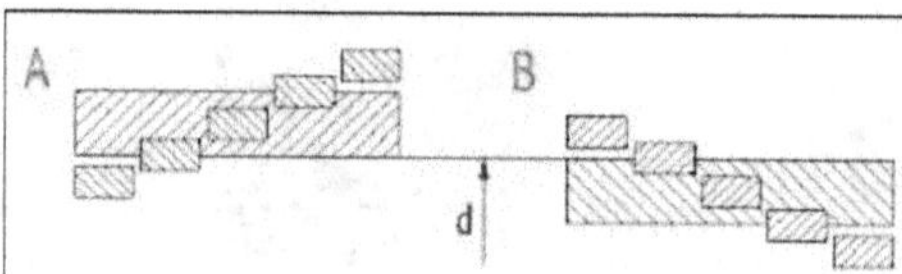

Limit fit tolerance

taper ring gauge

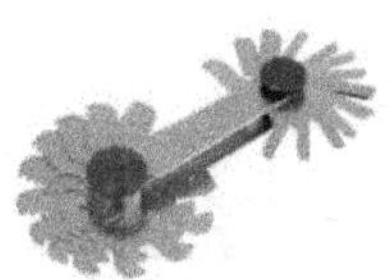

screw pitch gauge

Gear

screw pitch gauge

Tap Die

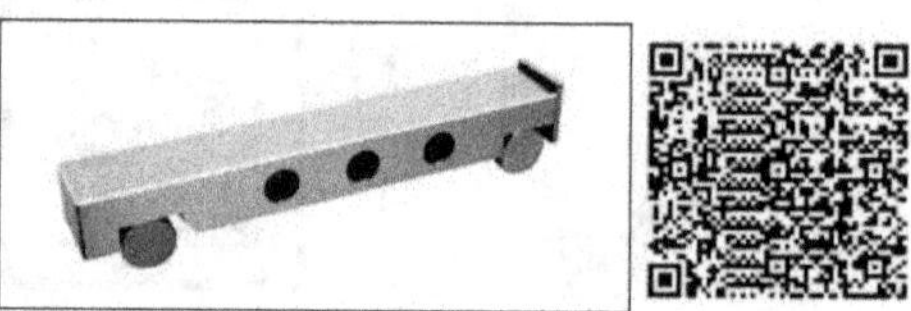

Sine bar

Slip gauge

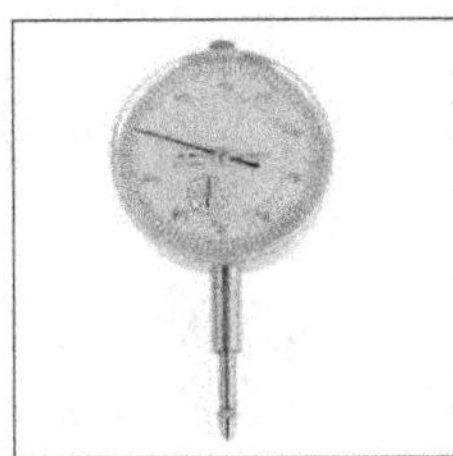

Dial test indicator

Telescopic gauge

Feeler gauge

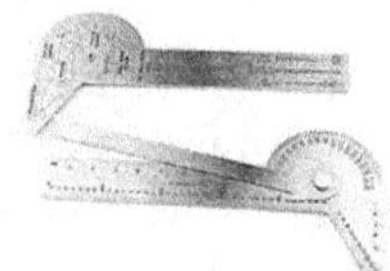 

Centre gauge

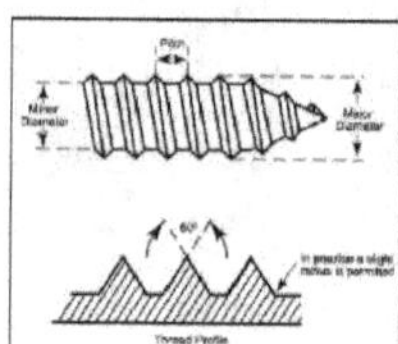 

Thread

SIMPLE CONSTRUCTION OF TRUCK CHASSIS

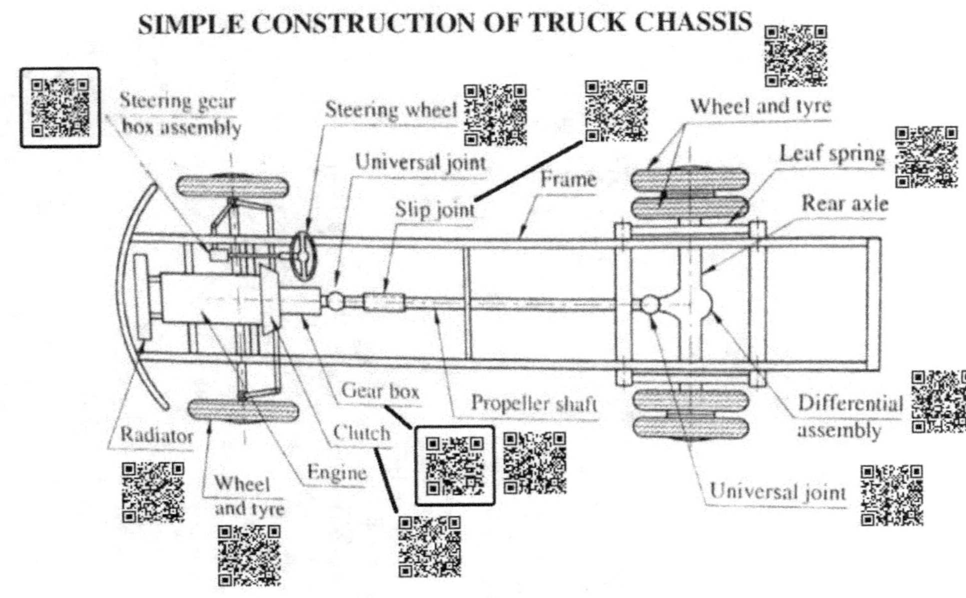

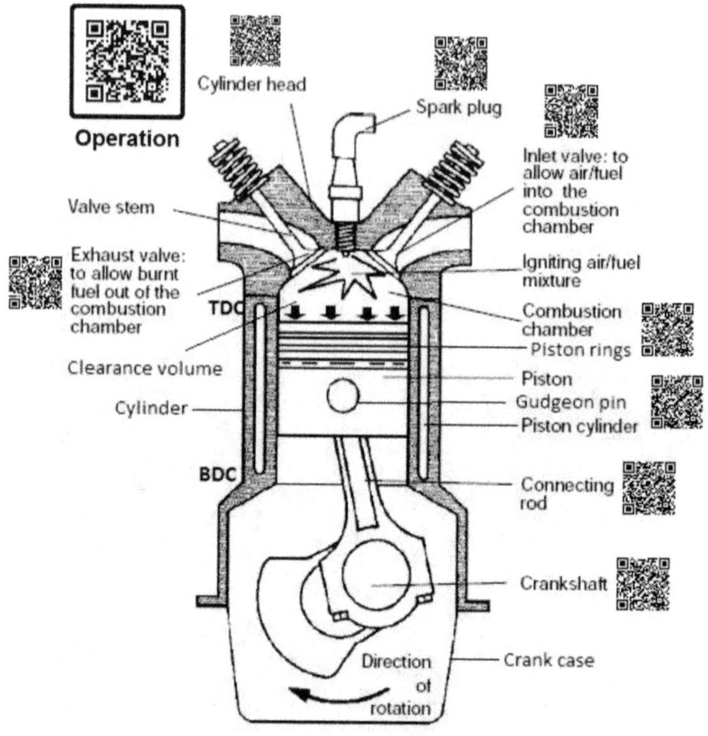

Petrol Engine Details

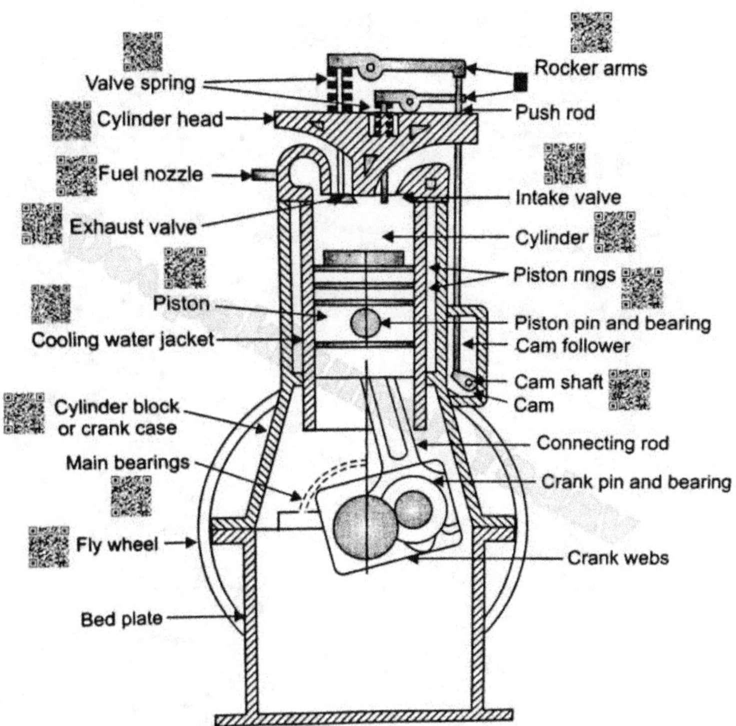

Components of Diesel Engine

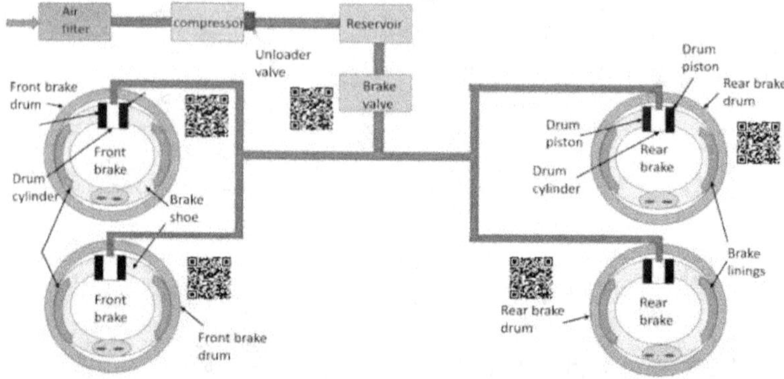

Auto Coolant System

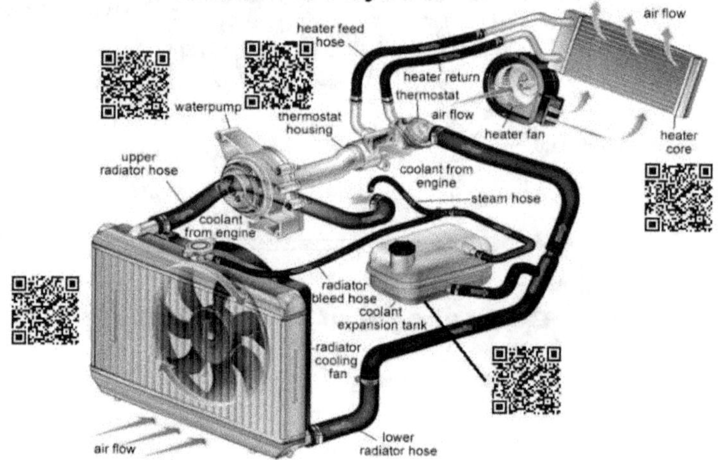

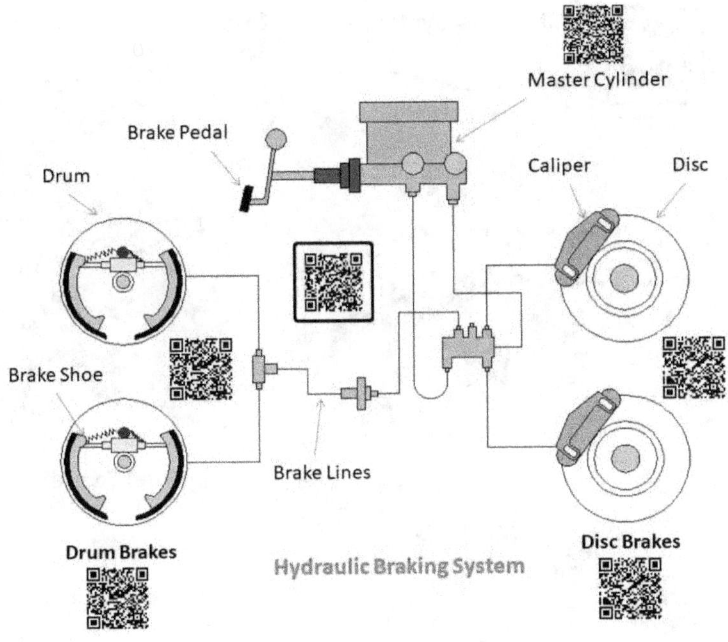
Master Cylinder
Brake Pedal
Drum
Caliper
Disc
Brake Shoe
Brake Lines
Drum Brakes
Hydraulic Braking System
Disc Brakes

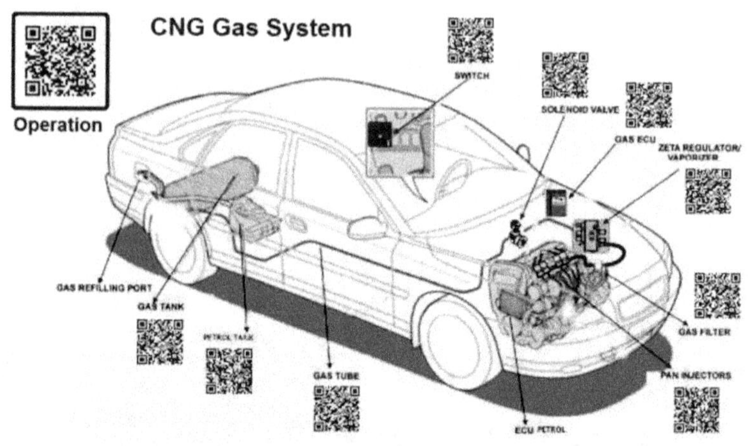
CNG Gas System
Operation
SWITCH
SOLENOID VALVE
GAS ECU
ZETA REGULATOR/ VAPORIZER
GAS REFILLING PORT
GAS TANK
PETROL TANK
GAS TUBE
ECU PETROL
GAS FILTER
PAN INJECTORS

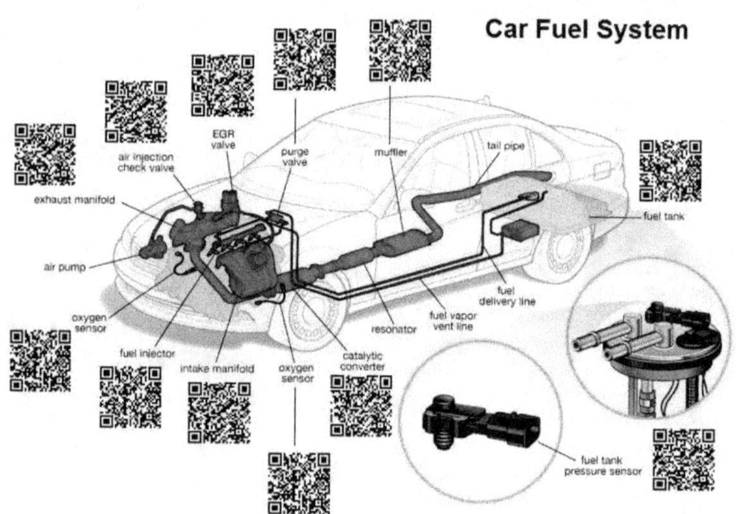
Car Fuel System
EGR valve
purge valve
muffler
tail pipe
air injection check valve
exhaust manifold
air pump
oxygen sensor
fuel injector
intake manifold
oxygen sensor
catalytic converter
resonator
fuel vapor vent line
fuel delivery line
fuel tank
fuel tank pressure sensor

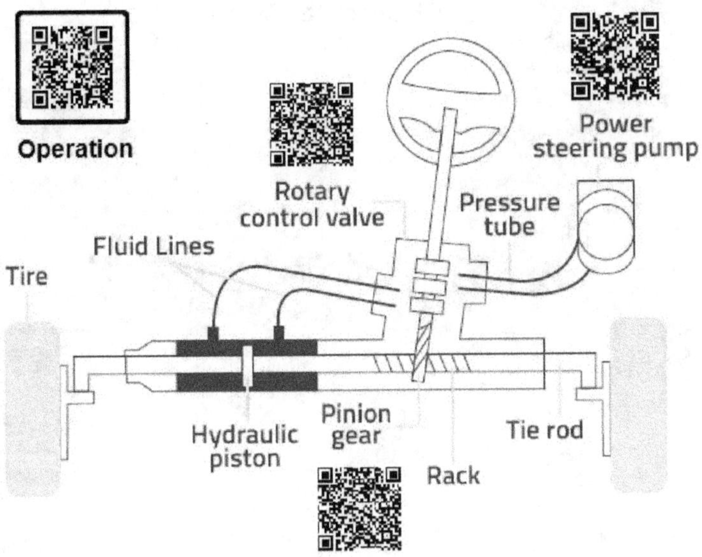

Power Steering System

Electric Car System

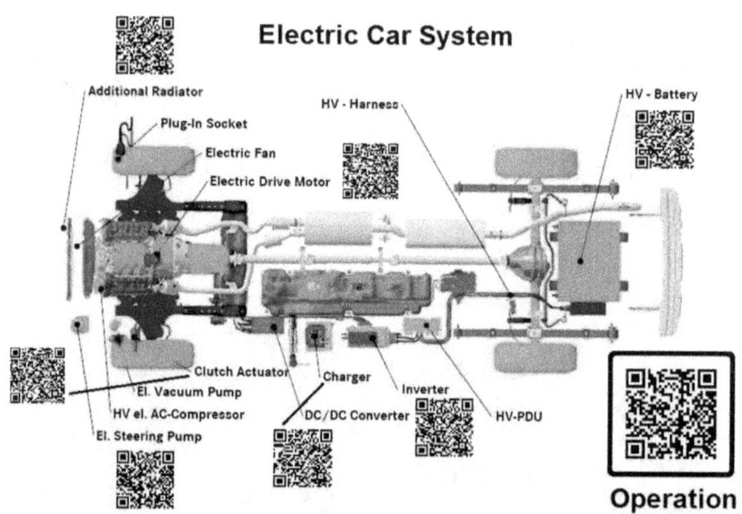

Multi Point Fuel Injection Syastem
D- MPFI & L- MPFI

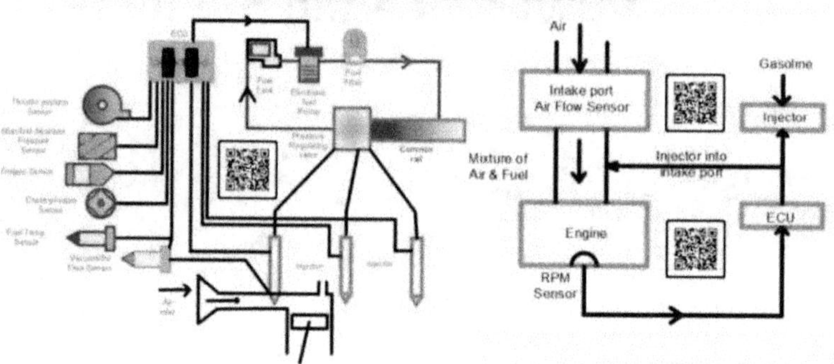

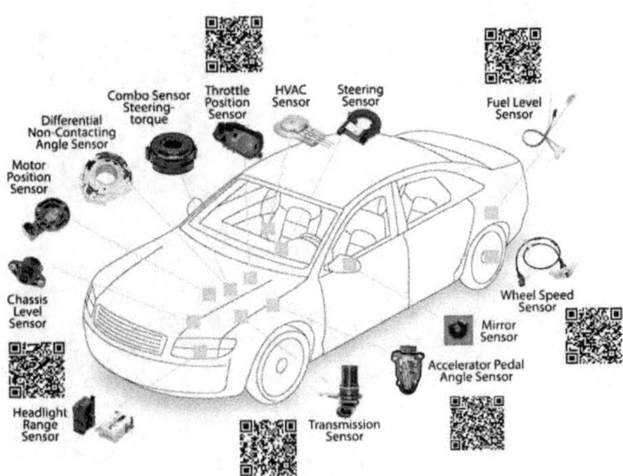

Car Sensor System

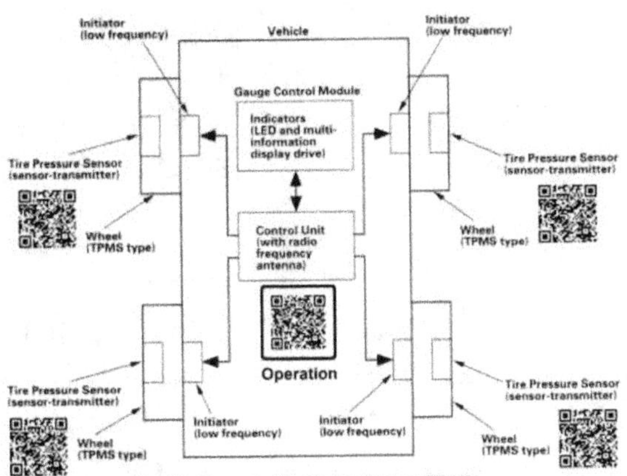

Car Tire Pressure Monitoring System (TPMS)

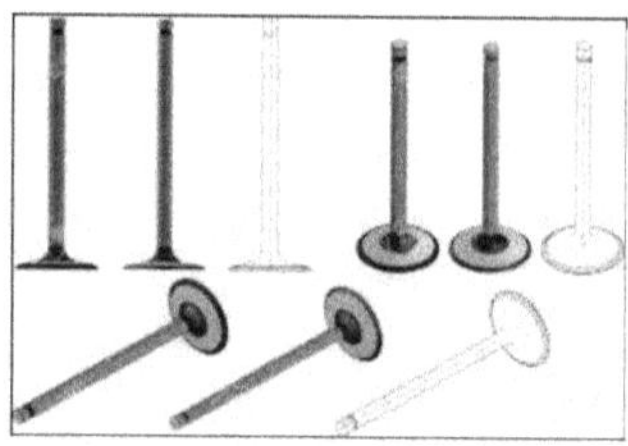

Engine valves

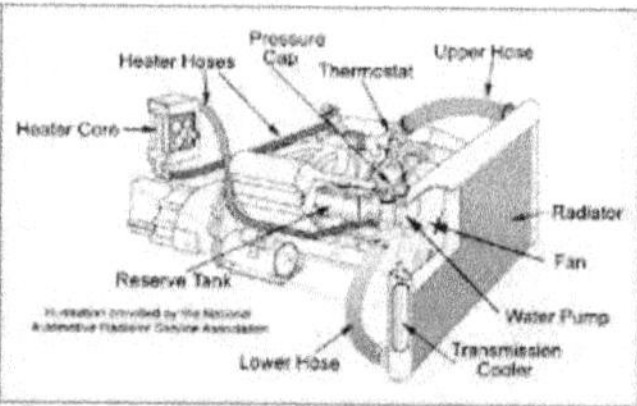

Cooling system in car

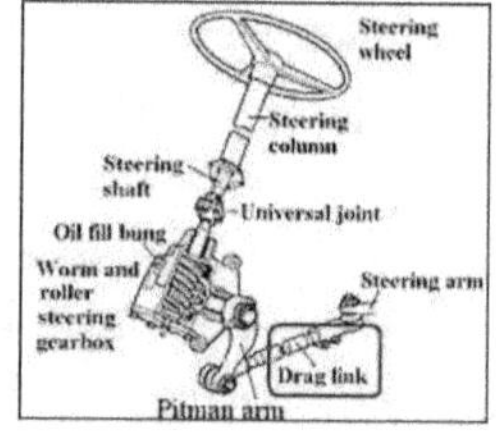

Steering gearbox in vehicle

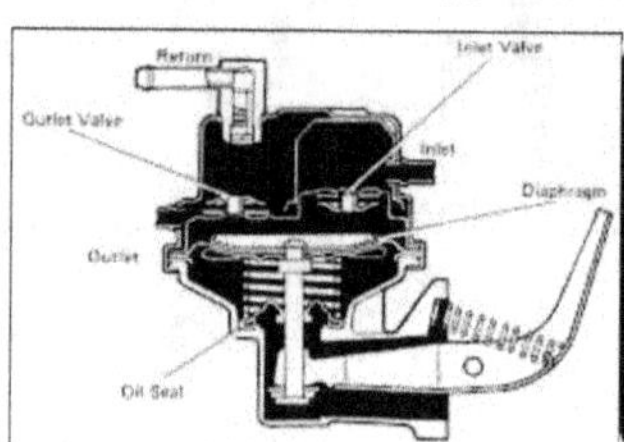

Fuel pump in Vehicle

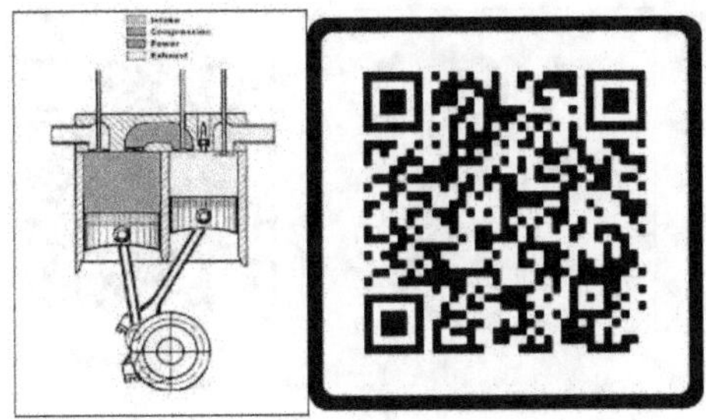

Engine in vehicle

Lead acid battery in vehicle

Piston & rings in Engine

Radiator cap in vehicle

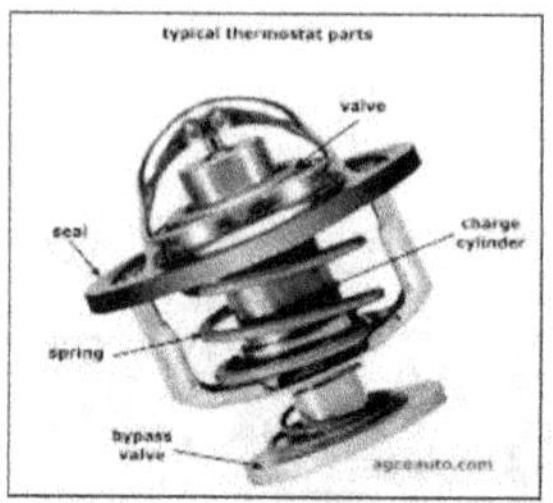

Thermostat valve in vehicle

2

डिझेल मेकॅनिक मराठी MCQ

०१] रक्तस्त्राव झाल्यास उपचार घ्या

डी] थंड 3" आणि विश्रांती

अ] थंडपाण्याचीफवारणीकरा

ब] लगेच मलमपट्टी -----.

ब] अपघात विचार उपचार बद्दल चौकशी

02] अपघात झाल्यास पीडित व्यक्तीने आय.एम

अ] विश्रांती घेण्यास सांगितले

क] तात्काळहजरझाले

डी] त्याला सोडा

०३] जखमी किंवा आजारी व्यक्तीला प्राथमिक उपचार दिले जातात....

अ] जीव वाचवा

ब] मफचा पुढील बिघाड टाळा

क] शक्य तितका आराम द्या

ड] हेसर्व

04] कचरा पेपर वेगळे करण्यासाठी डब्यांचा कलर कोड ----- आहे.

अ] निळारंग

ब] पिवळा रंग

क] लाल रंग

ड] हिरवा रंग

०५] जपानी भाषेत सेको म्हणजे --------------

अ] चमकणे

ब] क्रमवारी लावा

क] प्रमाणीकरण

ड] टिकवणे

06] SS प्रणालीचा फायदा ------ आहे.

अ] उत्पादकतेत वाढ

ब] गुणवत्तेत वाढ

क] वेळेचा अपव्यय कमी करणे

ड] हेसर्व

०७] सुरक्षा म्हणजे -----------

अ] कोणाचाही धंदा नाही

ब] प्रत्येकशरीराचाव्यवसाय

क] काही शरीर व्यवसाय

ड] संस्थेचा व्यवसाय

08] मूलभूत श्रेणींसाठी सुरक्षा चिन्हे उपलब्ध आहेत "निषेध" चिन्हाचा अर्थ ----

अ] तेकरूनयेअसेदाखवते

ब] काय केले पाहिजे ते दाखवते

क] धोक्याची किंवा धोक्याची चेतावणी देते

ड] सुरक्षा तरतुदीची माहिती देते

09] वर्कशॉप सुरक्षा कोणती आहे?

अ] दुकानातीलमजलास्वच्छआणिग्रीस, तेलकिंवाइतरनिसरड्यापदार्थांपासूनमुक्तठेवा

ब] वेग बदलण्यापूर्वी मशीन थांबवा

C] फटाके किंवा चिरलेली साधने वापरू नका

ड] धावणारे मशीन हाताने थांबवण्याचा प्रयत्न करू नका

10] पर्सनल प्रोटेक्ट इक्विपमेंट (PPE) मध्ये हेल्मेट वापरले जाते

अ] डोक्याचेरक्षणकरा

ब] डोळ्यांचे रक्षण करा

क] हातांचे संरक्षण करा

ड] कानांचे रक्षण करा

11] खालीलपैकी कोणते सामान्य सुरक्षिततेशी संबंधित आहे?

A चांगल्या वृत्तीचा कार्यकर्ता ठेवा

ब] काम स्वच्छ आणि स्पष्ट

क] आपल्या कामावर लक्ष केंद्रित करा

ड] मजलाआणिगॅंगवेस्वच्छआणिस्वच्छठेवा

12] दळताना डोळ्यांच्या संरक्षणासाठी कोणता वापर केला जातो?

अ] गडद हिरवा काच

ब] मुखवटा

क] सूर्याचा चष्मा

ड] सुरक्षागॉगल

Grinding wheels 1   bench grinder-wheel

दळणे

13] मशीनच्या सुरक्षिततेसाठी खालीलपैकी काय केले जाते?

अ] मशीनसुरूकरण्यापूर्वीतेलाचीपातळीतपासा

ब] पद्धतशीर पद्धतीने कामे करा

क] फरशी आणि गँगवे स्वच्छ आणि स्वच्छ ठेवा

ड] डाय आणि स्कार्फ वापरू नका

14] In पर्सनल प्रोटेक्ट इक्विपमेंट (PPE], 'स्लीव्हज'चा वापर संरक्षणासाठी केला जातो ----------

चेहरा

ब] डोळे

क] कान

ड] हात

15] ABC म्हणजे ----------------

अ] स्वयंचलित श्वास नियंत्रण

ब] स्वयंचलित रक्त नियंत्रण

क] वायुमार्गातीलश्वासोच्छवासाचेअभिसरण

ड] स्वयंचलित रक्त परिसंचरण

16] "क्लास बी" आग विझवण्यासाठी, अग्निशामक यंत्राचा प्रकार वापरला जातो...........

अ] कोरडीशक्ती

ब] कार्बन डायऑक्साइड

क] पाण्याचा जेट

ड] फोम प्रकार

fire extinguisher

1　　　　　　Fire Extingusher

अग्नीरोधक

17] सामान्य आग विझवण्यासाठी कोणत्या प्रकारचे अग्निशामक यंत्र वापरले जाते?

अ] पाण्याचेप्रकारविझविण्याचेयंत्र

ब] फोम प्रकार एक्टिंग्विशर

क] कोरडी रासायनिक पावडर एक्टिंग्विशर

D] कार्बन डायऑक्साइड (C02] एक्टिंग्विशर

18] एक मायक्रोमीटर (U] समान आहे...

अ] 0.1 मि.मी

ब] ०.०१ मिमी

C] 0.001 मिमी

ड] 0.0001 मिमी

19] स्लॉटची रुंदी मोजण्यासाठी कॅलिपर म्हणजे...

अ] विचित्र लेग कॅलिपर

ब] बाहेरील कॉलीपर

क] जेनी कॅलिपर

ड] कॅलिपरच्याआत

20] विभाजकांचा आकार ----------- द्वारे निर्दिष्ट केला जातो.

अ] पायांची एकूण लांबी

ब] पूर्णपणे उघडल्यावर बिंदूंमधील अंतर

क] बिंदू नसलेल्या पायांची लांबी

D] पिव्होटआणिबिंदूमधीलअंतर

21] समांतर रेषा चिन्हांकित करण्यासाठी वापरलेले साधन आहे, डेटाम काठाच्या समांतर आहे -

अ] जेनीकॅलिपर

ब] विभाजक

क] बाहेरील कॉलीपर

ड] कॅलिपरच्या आत

<u>Inside calliper</u>   <u>hand tools</u>

<u>कॅलिपर</u>

22] खालीलपैकी कोणते एक अप्रत्यक्ष मोजण्याचे साधन आहे?

<u>अ] बाहेरीलकॅलिपर</u>

ब] व्हर्नियर कॅलिपर

क] पोलादी नियम

ड] बाहेरील मायक्रोमीटर

23] चिन्हांकित करताना संदर्भ पृष्ठभाग प्रदान केला जातो...

अ] पृष्ठभाग मापक

ब] वर्कपीस

क] कामाचे रेखाचित्र

D] <u>मार्किंगटेबलपृष्ठभाग</u>

24] सार्वत्रिक पृष्ठभाग गेजचा भाग जो डेटामच्या काठावर समांतर रेषा काढण्यास मदत करतो.

अ] रॉकर हात

ब] स्नग

क] बारीक समायोजन स्क्रू

ड] <u>मार्गदर्शकपिन</u>

25] स्क्राइबर बनलेले आहेत ...

अ] सौम्य पोलाद

ब] <u>उच्चकार्बनस्टील</u>

क] पितळ

ड] कास्ट लोह

hammer   Hammers

हातोडा

26] हँडल फिक्स करण्यासाठी वापरल्या जाणार्‍या हातोड्याचा भाग...

चेहरा

ब] पेन

क] गाल

ड] <u>डोळाछिद्र</u>

27] चिन्हांकित करण्याच्या हेतूसाठी हातोड्याचे वजन आहे ...

अ] <u>250 ग्रॅम</u>

ब] 500 ग्रॅम

क] १ किग्रॅ

ड] 2 किग्रॅ

28] डिव्हायडरचा आकार...

अ] पायांची एकूण लांबी

ब] पूर्णपणे उघडल्यावर बिंदूंमधील अंतर

क] बिंदूंशिवाय पायांची लांबी

D] <u>पिव्होटआणिबिंदूमधीलअंतर</u>

29] केंद्र शोधण्यासाठी वापरलेल्या पंचाचे नाव सांगा.

अ] प्रिक पंच ३०°

ब] प्रिक पंच ६०°

क] <u>केंद्रपंच</u>

D] डॉट पंच

Centre punch 1   Punches

केंद्र पंच

३०] मध्य पंचाचा बिंदू कोन -------- आहे.

अ] ३०°

ब] ५०°

c] 900

ड] 1200

31] पंचांचा वापर --------- कोणत्याही आकाराचा बनवण्यासाठी केला जातो

अ] छिद्र

ब] खाण

C] Knurling

ड] रीमिंग

32] साधारणपणे वाइसच्या हँडलची लांबी ----------- असते.

अ] वाइसच्या सामान्य आकाराच्या 1.5 पट

ब] वाइसच्यासामान्यआकाराच्या 2.5 पट

क] वाइसच्या सामान्य आकाराच्या 3.5 पट

ड] वाइसच्या सामान्य आकाराच्या 4.5 पट

33] बेंच व्हाईस स्पिंडल .... चे बनलेले असते.

अ] सौम्यपोलाद

ब] कास्ट लोह

C] टूल स्टील

ड] कांस्य

bench vice   Bench Vice

• 34 •

खंडपीठ उपाध्यक्ष

34] व्हाइस क्लॅम्पचा वापर यासाठी केला जातो...

अ] कठीण जबड्याचे रक्षण करा

ब] कामाचे तुकडे कडकपणे घट्ट करा

क] तयारपृष्ठभागसंरक्षितकरा

ड] जंगम जबडा दाखल होण्यास प्रतिबंध करा

35] चिन्हांकित करताना संदर्भ पृष्ठभाग प्रदान केला जातो ...

अ] पृष्ठभाग मापक

ब] वर्कपीस

क] कामाचे रेखाचित्र

D] मार्किंगटेबलपृष्ठभाग

36] अभियंत्याच्या वाइसचा आकार द्वारे निर्दिष्ट केला जातो ...

अ] जंगम जबड्याची लांबी

ब] जबड्याचीरुंदी

क] दुर्गुणाची उंची

ड] जबडा जास्तीत जास्त उघडणे

37] लेखकाचा बिंदू कोन ----------- आहे.

A] 30°

ब] ६०°

C] 5° ते 10°

D] 12° ते 15°

38] कास्ट आयरन चिपकण्यासाठी कटिंग अँगल आहे...

अ] ३७.५०

ब] 55०

क] 60०

ड] 90०

39] छिन्नी सामग्रीमध्ये खोदेल जेव्हा...

अ] रेक कोन अधिक आहे

ब] क्लिअरन्स कोन खूप कमी आहे

क] झुकावकोनअधिकआहे

ड] झुकाव कोन खूप कमी आहे

40] कटिंग एजला थोडासा बहिर्वक्रता दिला जातो...

अ] वक्र पृष्ठभाग कापून टाका

ब] टोकदार कोपरे कापून घ्या

क] टोकेखोदण्यासप्रतिबंधकरा

ड] वंगण आत येऊ द्या

41] सरफेस प्लेट्स कशापासून बनतात...

अ] उच्च दर्जाचे कास्ट स्टील

ब] बारीककच्चालोह

क] मिश्र धातु स्टील्स

ड] लोह

42] पृष्ठभाग प्लेट्स त्यांच्या लांबी आणि रुंदीनुसार निर्दिष्ट केल्या जातात आणि त्यामध्ये असतात

अ] डेसिमीटर

ब] घनमीटर

क] दंडगोलाकार

43] चिन्हांकित टाळण्यासाठी तयार ट्यूबलर रेंच पृष्ठभागांवर वापरले जाते.

अ] स्टिलसन पाईप

ब] चेन रिंच

क] पट्टा पाना

ड] फूटप्रिंट रेंच

44] बंदिस्त ठिकाणी पाईप्स आणि गोलाकार साठा पकडण्यासाठी आणि फिरवण्यासाठी वापरला जातो.

अ] स्टिलसन पाईप

ब] चेन रिंच

क] पट्टा पाना

ड] फूटप्रिंट रेंच

45] iarge व्यासाचे पाईप्स ठेवण्यासाठी वापरले जाते.

अ] स्टिलसन पाईप

ब] चेन रिंच

क] पट्टा पाना

ड] फूटप्रिंट रेंच

46] पाईप्स, नळ्या आणि सिलेंडरिकाई रॉड पकडण्यासाठी आणि वळवण्यासाठी वापरला जातो.

अ] <u>स्टिलसन पाईप</u>

ब] चेन रिंच

क] पट्टा पाना

47] व्हील हब बेअरिंग्स सामावून घेतात.

अ] किंगपिन

ब] स्प्रिंग पॅड

क] <u>स्टबएक्सलशाफ्टभाग</u>

ड] ट्रॅक रॉड बॉल सांधे

48] ड्रॉअल प्लेटसह ढकलणे

अ] क्लच कव्हर

ब] <u>रिलीझबेअरिंग</u>

क] बोटे सोडणे

ड] क्लच प्लेट

49] जोराचाभारघेतो

अ] क्रँकशाफ्ट

ब] फ्लायव्हील्स

क] टॉर्क रेंच

ड] <u>थ्रस्टबेअरिंग</u>

50]वितरक शाफ्ट द्वारे समर्थित आहे

अ] बॉल बेअरिंग

ब] शेल बेअरिंग

क] <u>बुशबेअरिंग</u>

ड] सुई बेअरिंग

51] मेट्रिक मायक्रोमीटरमध्ये, थिमल ऍडव्हान्सची संपूर्ण क्रांती -----------

अ] 0.01 मिमी

ब] 0.25 मिमी

C] <u>0.50 मिमी</u>

ड] 1.00 मि.मी

micrometer2

Out Side
Micrometer

• 37 •

मायक्रोमीटर

52] मायक्रोमीटरमधील रॅचेट स्टॉप ------------ मदत करते.

अ] दाबनियंत्रितकरा

ब] स्पिंडल लॉक करा

C] शून्य त्रुटी समायोजित करा

ड] कामाचा तुकडा धरा

53] 1000 मायक्रॉन म्हणजे ------------

अ] 1 मि.मी

ब] १ मी

क] 1000 मिमी

ड] 10 सें.मी

54] मायक्रोमीटरच्या बाहेरील 50-75 मिमीचे शून्य वाचन किती आहे?

अ] 0.000 मिमी

ब] 0.01 मिमी

क] 25.00 मिमी

ड] 50.00 मिमी

55] मायक्रोमीटरच्या बाहेरील मेट्रिकच्या स्लीव्हवरील सर्वात लहान भागाचे मूल्य ----- आहे.

अ] 0.50 मिमी

ब] 1.00 मिमी

क] 1.50 मिमी

D] 2.00 मिमी

56] मायक्रोमीटरमधील रॅचेट स्टॉप --------- मदत करते.

अ] दाबनियंत्रितकरा

ब] स्पिंडल लॉक करा

C] शून्य त्रुटी समायोजित करा

ड] कामाचा तुकडा धरा

57] डेप्थ मायक्रोमीटरची किमान संख्या आहे

अ] 0.5 मिमी

ब] 0.2 मिमी

C] 0.001 मिमी

ड] 0.01 मिमी

Depth micrometer 1   Depth Micrometer

खोली मायक्रोमीटर

58] व्हर्नियर कॅलिपरची सर्वात कमी संख्या आहे (मुख्य स्केल = 49 विभाग, व्हर्नियर स्केल = 50 विभाग)

अ] 0.1 मिमी

ब] 0.01 मिमी

C] 0.001 मिमी

ड] 0.02 मिमी

59] व्हर्नियर कॅलिपर वापरून केलेल्या मोजमापाचा प्रकार ------- आहे.

अ] थेट मोजमाप

ब] अप्रत्यक्षमापन

क] ९०“] (अ] ८१ (ब]

ड] यापैकी नाही

60] टेलीस्कोपिक गेजचा वापर छिद्र आणि स्लॉट मोजण्यासाठी केला जातो.

अ] 10 मिमी ते 100 मिमी पर्यंत

ब] 12 मिमी ते 152 मिमी पर्यंत

क] १२.७ मिमी ते १५२.४ मिमी

D] वरीलपैकी काहीही नाही.

Telescopic gauges 1   Teliscopic Gauge

टेलिस्कोपिक गेज

61] छिद्र आणि स्लॉट मोजण्यासाठी लहान छिद्र गेज वापरले जातात.

अ] 10 मिमी खाली

ब] 12.7 मिमी खाली

C] 20 मिमी खाली

ड] 20.7 मिमी खाली.

dial test indicator 1   Dial Guage

<u>चाचणीनिर्देशकडायलकरा</u>

62] डायल टेस्ट इंडिकेटर हे मापन दर्शवते...

अ] घटकाचा वास्तविक आकार

B] 5 मिमीच्या दोन पायऱ्यांमधील फरक

C] <u>पॉइंटरद्वारेआकारातवाढविलेलेलहानफरक</u>

ड] परिमाण थेट वाचन

63] डायल टेस्ट इंडिकेटरबद्दल खालीलपैकी कोणते बरोबर नाही?

अ] त्याच्या डायलवर 100 विभाग आहेत

ब] स्टेमची हालचाल गियर ट्रेनद्वारे डायलमध्ये हस्तांतरित केली जाते.

क] <u>त्याचीअचूकता 0.1 मिमीआहे</u>

64] फीलर गेज यासाठी वापरले जाते...

अ] पृष्ठभागाचा खडबडीतपणा तपासणे

ब] कामाच्या तुकड्यांची त्रिज्या तपासणे

क] <u>वीणभागांमधीलअंतरतपासणे</u>

ड] होल लोकेटरची अचूकता तपासणे

feeler gauge 1

Feeler Guage

फीलर गेज

65] थ्रेडिंग टूल्सचा वापर करून 60° कोनासाठी अचूकता तपासली जाते.

अ] थ्रेड प्लग गेज

ब] <u>केंद्रगेज</u>

क] स्क्रू पिच गेज

ड] साधन कोन गेज

centre gauge 1   Gauges

केंद्र गेज

66] प्रति इंच थ्रेइसची संख्या a सह तपासली जाऊ शकते

अ] टूल गेज

ब] मोजणी करून मेट्रिक नियम

क] रिंग गेज

ड] स्क्रूपिचगेज

screw pitch gauge   Screw Pitch Gauge

स्क्रूपिचगेज

67] एअर कंप्रेसरमध्ये वापरले जाते

अ] दाब मापक

ब] तेलाची टाकी

क] तेल स्प्रे बंदूक

ड] कार फडकावणे

68] बोल्ट आणि थ्रेड्सचे नुकसान होण्यापासून संरक्षण करण्यासाठी वापरले जाते.

अ] डोनाल्ड कॅप नट

ब] अंगठा नट

क] षटकोनी नट

ड] विंग-नट

69] जेथे वारंवार काढणे आणि निराकरण करणे आवश्यक आहे तेथे वापरले जाते.

अ] डोनाल्ड कॅप नट

ब] अंगठा नट

क] षटकोनी नट

ड] विंग-नट

70] मशीन बिल्डिंग आणि स्ट्रक्चरच्या कामात वापरली जाते.

अ] डोनाल्ड कॅप नट

ब] अंगठा नट

क] षटकोनी नट

ड] विंग-नट

71] जेथे वारंवार समायोजन करावे लागते तेथे वापरले जाते.

अ] डोनाल्ड कॅप नट

ब] <u>अंगठा नट</u>

क] षटकोनी नट

ड] विंग-नट

72] नट मध्ये नायलॉन घालणे सैल होण्यापासून प्रतिबंधित करते.

अ] लॉकिंग प्लेट

ब] वायर लॉक

क] <u>स्व-लॉकिंग नट</u>

ड] करवतीचे नट

73] नटच्या अर्ध्या भागात एक स्लॉट कापला जातो.

अ] लॉकिंग प्लेट

ब] वायर लॉक

क] स्व-लॉकिंग नट

ड] <u>करवतीचे नट</u>

74] दोन बोल्टचे ढिले होण्यास प्रतिबंध करते.

अ] लॉकिंग प्लेट

ब] <u>वायर लॉक</u>

क] स्व-लॉकिंग नट

ड] करवतीचे नट

75] वरच्या नट फिरणे प्रतिबंधित करते.

अ] <u>लॉक-नट</u>

ब] खोबणीचे नट

क] स्व-लॉकिंग नट

ड] करवतीचे नट

76] नट फिट करण्यासाठी प्लेटच्या आकाराचा वापर करून नट सैल होण्यापासून प्रतिबंधित करते.

अ] <u>लॉकिंग प्लेट</u>

ब] वायर लॉक

क] स्व-लॉकिंग नट

ड] करवतीचे नट

77] षटकोनी नट ज्याचा खालचा भाग दंडगोलाकार बनलेला आणि खोबणी केलेला आहे.

अ] लॉक-नट

ब] <u>खोबणीचे नट</u>

क] स्व-लॉकिंग नट

ड] करवतीचे नट

78] मेटा\ पृष्ठभागावरील रिव्हेट डोक्याची उंची कमी करते

अ] काउंटरस्कंक हेड

ब] सपाट डोके

क] पॅन डोके

ड] <u>मशरूम</u>

79] सामान्यतः स्ट्रक्चरल कामासाठी वापरले जाते.

अ] काउंटरस्कंक हेड

ब] सपाट डोके

क] पॅन डोके

ड] <u>स्नॅप डोके</u>

80] अमोनियम क्लोराईडचा वापर सोल्डरिंगसाठी फलक्स म्हणून केला जातो ...

अ] <u>पोलाद</u>

ब] अॅल्युमिनियम

क] गॅल्वनाइज्ड लोह

ड] स्टेनलेस स्टील

81] एमएस शीट्सचे सोल्डरिंग तापमानात होते...

अ] 150◦C

ब] <u>250◦C</u>

C] 400◦C

ड] 850◦C

82] सोल्डरिंग ऑपरेशनमध्ये बेस मेटल...

अ] <u>गरमहोतनाही</u>

ब] 200◦C पर्यंत गरम केले जाते

C] 650◦C पर्यंत गरम

डी] लाल गरम स्थितीत गरम

83] जाड प्लेट्स शीट्स जोडण्यासाठी rivets.

अ] <u>काउंटरस्कंक हेड</u>

ब] सपाट डोके

क] पॅन डोके

ड] मशरूम

84] शीट मेटल जोडण्यासाठी रिवेट्स.

अ] काउंटरस्कंक हेड

ब] <u>सपाट डोके</u>

क] पॉन डोके

ड] मशरूम

85] हेवी फॅब्रिकेशन कामासाठी रिवेट्स.

अ] काउंटरस्कंक हेड

ब] सपाट डोके

क] पॉन डोके

ड] मशरूम

86] सॉफ्ट सोल्डरिंग केले जाते

A] 450° C खाली

ब] 450°C च्या वर

C] 900°C वर

D] 1000°C वर

87] ब्रेझिंग केले जाते

A] 1900°C वर

ब] 450°C च्यावर

C] 1000°C वर

D] 450°C खाली

88] एक brazed संयुक्त आहे

अ] सोल्डर केलेल्या जोडापेक्षा कमकुवत

ब] सोल्डर जोडण्यापेक्षा मजबूत

सी] वेल्डेड जोडापेक्षा मजबूत

डी] चांदीच्यासोल्डरकेलेल्याजोडापेक्षाकमकुवत

89] क्रँकशाफ्ट मेन जर्नल आणि क्रँक पिन यांच्यामध्ये छिद्र पाडले जाते

अ] क्रँकशाफ्टचे संतुलन

ब] क्रँकशाफ्ट वजन कमी करणे

C] वंगणकनेक्टिंगरॉडबीयरिंग

ड] क्रँकशाफ्ट कंपन कमी करणे

90]ड्राय संप स्नेहन प्रणालीमध्ये, स्कॅव्हेंजिंग पंप वापरला जातो

अ] पंपतेटाकीपर्यंततेलपंपकरा

ब] सर्व फिरत्या भागांना थेट तेल पंप करा

सी] अतिरिक्त तेलाचा दाब विकसित करा

ड] टाकी पासून बेरीज पर्यंत तेल पंप

91] स्नेहन प्रणालीमध्ये जास्त तेलाचा दाब यामुळे असू शकतो

अ] संपमध्ये इंजिन तेलाचे प्रमाण कमी

ब] <u>रिलीफव्हॉल्व्हचेचुकीचेसमायोजन</u>

C] सक्शन पाईपवर कमी सक्शन प्रभाव

D] वरीलपैकी काहीही नाही

92] जेव्हा तेलाचा दाब निर्धारित मर्यादेपेक्षा जास्त वाढतो तेव्हा तेल संपुष्टात येते

अ] <u>प्रेशररिलीफव्हॉल्व्ह</u>

ब] पास वाल्वद्वारे

C] तेल फिल्टर

ड] तेल पंप

93] पातळ नळ्या कापण्यासाठी, हॅकसॉ ब्लेडची सर्वात योग्य पिच आहे...

अ] 1.8 मिमी

ब] 1.4 मिमी

क] 1 मि.मी

ड] <u>0.8 मि.मी</u>

94] ठोस पितळ कापण्यासाठी, हॅकसॉ ब्लेडची सर्वात योग्य पिच आहे...

अ] <u>1.8 मिमी</u>

ब] 1.4 मिमी

क] 1 मि.मी

ड] 0.8 मि.मी

hacksaw   Hacksaw Frame Blade

हॅकसॉ फ्रेम

95] काही स्ट्रोक नंतर एक नवीन हॅकसॉ ब्लेड मुळे सैल होते ...

अ] <u>ब्लेडचेताणणे</u>

ब] विंग-नट धागे जीर्ण होत आहेत

क] ब्लेडची चुकीची खेळपट्टी

ड] करवतीच्या संचाची अयोग्य निवड.

96] लहान व्यासाचे पाईप्स कापताना, नियमितपणे पाहणे आणि याची खात्री करणे उचित आहे ...

अ] कट वक्र रेषेच्या बाजूने आहे

ब] <u>अधिककरवतीचेदातआकुंचनपावलेआहेत</u>

क] काम जास्त तापलेले नाही

ड] हॅकसॉचे योग्य संतुलन राखले जाते

97] फाइल्सची उत्तलता मदत करते...

अ] अवतल पृष्ठभाग फाइल करण्यासाठी

ब] बहिर्वक्र पृष्ठभाग फाइल करण्यासाठी

क] <u>कामाच्याकडागोलाकारटाळण्यासाठी</u>

D. दाब लागू झाल्यावर सरळ होणारी फाइल

files 1Files

फाईल्स

98] लाकूड, चामडे आणि इतर मऊ साहित्य भरण्यासाठी कोणती फाईल वापरली जाते?

अ] सिंगल कट फाइल

ब] डबल कट फाइल

c] <u>रास्पकटफाइल</u>

ड] वक्र कट फाइल

99] वापरलेली फाइल ------------- साठी वापरली जाते.

अ] कामाचा तुकडा साफ करणे

क] फाईलचे दात नूतनीकरण करणे

ब] <u>फाईलचेदातसाफकरणे</u>

ड] चिप्स साफ करणे

100] फाइल कार्ड -------- यासाठी वापरले जाते.

अ] कामाचा तुकडा स्वच्छ करा

C] फाईलचे दात नूतनीकरण करा

ब] <u>फाईलचेदातस्वच्छकरा</u>

101] दळताना डोळ्यांच्या संरक्षणासाठी कोणता वापर केला जातो?

अ] गडद हिरवा काच

ब] मुखवटा

क] सूर्याचा चष्मा

ड] <u>सुरक्षागॉगल</u>

102] -------------------- वरून बनवलेली ग्राइंडिंग व्हील्स सर्वात सामान्य आहेत कारण त्याच्या मुक्त आणि थंड कटिंग क्रियेमुळे.

अ] <u>ॲल्युमिनियमऑक्साईड</u>

ब] सिलिकॉन ऑक्साईड

C] अमोनियम ऑक्साईड

ड] कार्बाइड.

103] खालीलपैकी कोणता अपघर्षक धातू नसलेल्या वस्तू कापण्यासाठी चाके कापण्यासाठी वापरला जातो?

अ] ॲल्युमिनियम ऑक्साईड

ब] <u>सिलिकॉनकार्बाइड</u>

क] हिरा

ड] वरीलपैकी नाही

104] टंगस्टन कार्बाइड टूल इन्सर्ट पीसण्यासाठी कोणता अपघर्षक कण वापरला जातो?

अ] <u>सिलिकॉनकार्बाइड</u>

ब] ए|२०३

क] हिरा

ड] कोरंडम

105] खालीलपैकी कोणते नैसर्गिक अपघर्षक आहे?

अ] ॲल्युमिनियम ऑक्साईड

ब] सिलिकॉन

C] बोरॉन कार्बाइड

ड] <u>कोरंडम</u>

106] खालीलपैकी कोणते उत्पादित अपघर्षक आहे?

अ] कोरंडम.

ब] क्वार्ट्ज

क] सिलिकॉन

ड] एमरी

107] स्टील फिटिंग पीसण्यासाठी कोणता अपघर्षक कण वापरला जातो?

अ] सिलिकॉन कार्बाइड

ब] ॲल्युमिनियमऑक्साईड

क] हिरा.

ड] बोरॉन ऑक्साईड

108] काँक्रीटचे दगड आणि गवंडी कापण्यासाठी चाकाचा कोणत्या प्रकारचा अपघर्षक कट वापरावा?

अ] सिलिकॉन

ब] Al203

क] डायमंडग्रिट

ड] काच

109] मोठ्या प्रमाणावर उत्पादनात अदलाबदल क्षमता साध्य करण्यासाठी खालीलपैकी कोणता घटक आवश्यक आहे? .

अ] भूमितीय अचूकता.

ब] मानकीकरण

C] मितीयअचूकता

ड] पृष्ठभाग समाप्त

110] अदलाबदल क्षमता सामान्यतः लागू केली जाते? _

अ] भागांची दुरुस्ती

ब] मोठ्याप्रमाणावरउत्पादन

क] सिंगल पीस उत्पादन

ड] हे सर्व

111] मूळ परिमाणाच्या एका बाजूला सहिष्णुता दिली जाते तेव्हा त्याला -------- म्हणतात.

अ].सहिष्णुता प्रणाली

ब] एकतर्फीसहिष्णुता

क] द्विपक्षीय सहिष्णुता

ड] भत्ता प्रणाली

112] घटकाच्या परिमाणांचे मोजलेले आकार--------- म्हणतात.

अ] मूळ आकार

ब] नाममात्र आकार

क] अनुमत आकार

ड] वास्तविकआकार

113] रेखांकनामध्ये शाफ्टची परिमाणे 40i   0068/0042 दर्शविली आहे, सहिष्णुतेमध्ये शाफ्टचा आकार किती आहे?

अ] 4.0.64 मिमी

ब] 40.042 मिमी

C] 40.000 मिमी

ड] 39.998 मिमी

114] इन होल मूलभूत प्रणाली ----------

अ] शाफ्टचा आकार स्थिर केला जातो

ब] छिद्राचाआकारस्थिरकेलाजातो

क] छिद्रावर फक्त 'भत्ता दिला जातो

ड] परवानगीयोग्य सहिष्णुता छिद्र आणि शाफ्टवर दिली जाते

115] घटकाचा आकार 24 -0.1 असा दिला आहे. -O.1 काय सूचित करते? _

अ] वरचे विचलन + ०.१ मिमी आहे.

ब] निम्न विचलन 0.0 मिमी आहे

C] मूलभूत विचलन 0.0 मिमी आहे

D] खालचेविचलन _0.1 मिमीआहे

116] छिद्राची सहनशीलता ------- मधील फरक आहे

अ] कमाल भोक आकार आणि जास्तीत जास्त शाफ्ट आकार

ब] जास्तीतजास्तभोकआकारआणिजास्तीतजास्तभोकआकार

C] किमान छिद्र आकार आणि जास्तीत जास्त शाफ्ट आकार

ड] किमान छिद्राचा आकार आणि किमान शाफ्टचा आकार

117] ज्या छिद्राचे खालचे विचलन शून्य असते त्याला मूलभूत छिद्र म्हणतात. खालीलपैकी कोणते अक्षर मूळ छिद्र दर्शवते?

अ] इ

ब] एफ

क] ग'

डीएच

118] वरचे विचलन शून्य असलेले कोणते?

अ] Bassc शाफ्ट

ब] मूळ छिद्र

क] सहिष्णुता

ड] मंजुरी

119] शाफ्टवर बॉल बेअरिंग फिट प्रकार आहे? ,

अ] क्लिअरन्स फिट

ब] ड्रायव्हिंगफिट

क] संकोचन फिट

ड] वरीलपैकी काहीही नाही

120] BIS च्या मर्यादा आणि तंदुरुस्त प्रणालीमध्ये, सहिष्णुतेची श्रेणी संख्या चिन्हांद्वारे दर्शविली जाते आणि तेथे ---------i आहेत

A] सहिष्णुतेचे 14 ग्रेड

ब] सहनशीलतेचे 16 ग्रेड

C] सहिष्णुतेचे 18 ग्रेड‘

ड] सहिष्णुतेचे 20 ग्रेड

121] उत्पादनाला गुणवत्ता असते असे म्हणतात जेव्हा ....

अ] त्याचा आकार आणि परिमाणे मर्यादेत आहेत

ब] तेवापरण्यासयोग्यआहे

क] ते खूप चांगले असल्याचे दिसून येते

ड] साहित्याची निवड योग्य आहे

122] होल’30 +0.021, 0.000 आणि शाफ्ट 30 -0.110, 0.143 दरम्यान जास्तीत जास्त क्लिअरन्स आवश्यक आहे.

अ] 0.110 मिमी‘

B] ०.१३१ मिमी

C] 0.164 मिमी

ड] 0.143 मिमी

123] रेखांकनामध्ये 25.1002 मिमी असे परिमाण सांगितले आहे. सहिष्णुता म्हणजे काय?

अ] +०.०२ मिमी’

ब] +0.04 मिमी

C] -0.02 मिमी

ड] 25.00 मिमी

124] एका छिद्रात पिन बसवली जाते. पिनचा सहिष्णुता क्षेत्र पूर्णपणे छिद्राच्या वर आहे. प्राप्त फिट असेल?

अ] क्लिअरन्स फिट

ब] संक्रमण फिट

क] हस्तक्षेपफिट

ड] धावणे फिट

125] भाग आकारास सहिष्णुता दिली जाते ....

अ] आवश्यकअनुज्ञेयआकाराच्यात्रुटीमध्येभागाचेउत्पादनकरा

ब] उत्पादन वाढवा

क] उत्पादन कमी करा

ड] घटक अंदाजे पूर्ण करा

126] खालीलपैकी कोणते क्लीयरन्स संपूर्ण मूलभूत प्रणाली अंतर्गत योग्य आहे?

A] 20 H7/p6'

ब] 2067/211

C] ZOG/gll.

D] 20H/g11.

127] BIS प्रणालीनुसार फिटचे तीन वर्ग .... आहेत.

अ] क्लिअरन्सफिट, इंटरफेरन्सफिटआणिट्रांझिशनफिट

ब] मध्यम फिट, पुश फिट आणि घट्ट फिट

क] फ्लॅट फिट, राउंड फिट आणि स्क्वेअर फिट

ड] 'स्लाइडिंग फिट', लूज फिट आणि संकोचन फिट

128] खालीलपैकी कोणत्या सहिष्णुतेचे वैशिष्ट्य 20 मिमी पेक्षा जास्त आकारमानहीन आहे?

अ] २० +०.२,-०.३

ब] २० ३२०.२

क] 20 -0.2, 0.3 ई

D]m 20 +500, ~03

129] कमाल आणि किमान मर्यादेतील फरक -------- आहे.

अ] एकच माहिती देणारा

ब] मूळ शाफ्ट

क] मंजुरी

ड] सहिष्णुता

130] एक शाफ्ट 55 झुडूप मध्ये मुक्तपणे चालणारा प्रकार --------- आहे.

अ] क्लिअरन्स फिट

ब] ड्रायव्हिंग प्लेट

क] संकोचनफिट

ड] वरीलपैकी काहीही नाही

131] टॅपर शँक ड्रिल मशीनवर याद्वारे धरल्या जातात ...

अ] चक

ब] बाही

क] वाहून जाणे

ड] वाइस

132] ड्रिल चक्स ड्रिलिंग मशीनच्या स्पिंडलवर एका... द्वारे बसवले जातात.

अ] नर्ल्ड रिंग

ब] आर्बर

क] वाहून जाणे

ड] पिनियन आणि किल्ली

drilling   drilling machine

ड्रिलिंग

133] ड्रिल्सवर दिलेला मोर्स टेपर या दरम्यान...

A] MT 1 ते MT 5

ब] MT 1 ते MT 4

C] MT 0 ते MT 5

D] MT 0 ते MT 4

134] ड्रिफ्टचा वापर यासाठी केला जातो...

अ] ड्रिल स्थान काढणे

ब] मशीन स्पिंडलवर चक फिक्स करणे

क] कामातून तुटलेली ड्रिल काढणे

ड] मशीनस्पिंडलमधूनड्रिलकाढणे

135] जेव्हा ड्रिलचा टेपर शँक मशीनच्या स्पिंडलपेक्षा मोठा असतो, तेव्हा ड्रिल ठेवण्याचे साधन म्हणजे...

अ] ड्रिल स्लीव्ह

ब] टेपरसॉकेट

क] ड्रिल ड्रिफ्ट

ड] चक आणि कि

136] ड्रिलिंग मशीनमध्ये सौम्य स्टील ड्रिल करण्यासाठी योग्य कटिंग फ्लुइड आहे...

अ] सिंथेटिक विद्रव्य तेल

ब] स्वच्छ तेल

क] डिस्टिल्ड वॉटर

D] विद्रव्यतेल

137] रेडियल ड्रिलिंग मशीनचे एक विशेष वैशिष्ट्य आहे...

अ] हे एचएसएस ड्रिलसह ड्रिलिंगसाठी वापरले जाऊ शकते

ब] टेबल कोणत्याही स्थितीत हलवले आणि सेट केले जाऊ शकते

क] वेगाची विविधता उपलब्ध आहे

ड] स्पिंडलकोणत्याहीस्थितीतआणलेजाऊशकते

138] ड्रिलचा बिंदू कोन यावर अवलंबून असतो...

अ] ड्रिलचा आकार

ब] यंत्राचा प्रकार

क] कामाचेसाहित्य

D] ड्रिलचा RPM

139] प्रमाणित ड्रिलसाठी बिंदू कोन आहे...

अ] 60०

ब] 108०

क] 118०

ड] 135०

140] हेलिकल कोन ठरवतो...

अ] कटिंग अँगल

ब] कोन चघळणे

क] रेककोन

ड] ओठांचा कोन

141] ड्रिलचा क्लिअरन्स कोन दरम्यान आहे...

अ] 3० ते 5०

ब] 8० ते 12०

C] 12० ते 20०

ड] 15० ते 20०

142] ड्रिल चक मशीनच्या स्पिंडलवर ------ च्या माध्यमातून धरले जातात.

अ] आर्बर

ब] वाहून जाणे

क] ड्रॉ-इन बार

ड] चक नट

143] संवेदनशील बेंच ड्रिलिंग मशीनमध्ये ---- द्वारे वेगवेगळे वेग प्राप्त केले जातात.

अ] बेल्टपुलीयंत्रणा

ब] हायड्रोलिक यंत्रणा

क] रॅक आणि पिनियन यंत्रणा

ड] कॅम आणि अनुयायी यंत्रणा

144] खालीलपैकी कोणते फक्त धाग्याचे योग्य स्वरूप पूर्ण करण्यासाठी आणि राखण्यासाठी वापरले जाते?

एकनळ

ब] थ्रेडिंग साधन

क] श्रेडिंग चेझर

ड] टिपलेले साधन

tap and die1   Tap Die

डाय टॅप करा

145] एक मृत्यू ज्यामध्ये एका स्ट्रोकमध्ये एकापेक्षा जास्त कटिंग ऑपरेशन्स तयार होतात

अ] छेदून मरणे

ब] पुरोगामी मरतात

क] संयोजन मरतात

ड] <u>कंपाऊंड मरणे</u>

146] एक डाय ज्यामध्ये प्रत्येक स्ट्रोकमध्ये कटिंग आणि नॉन कटिंग ऑपरेशन्स केल्या जातात.

अ] छेदून मरणे

ब] पुरोगामी मरतात

क] <u>संयोजन मरतात</u>

ड] कंपाऊंड मरणे

147] एक मृत्यू ज्यामध्ये कामावर दोन किंवा अधिक स्थानकांवर दोन किंवा अधिक अनुक्रमिक ऑपरेशन केले जातात.

अ] छेदून मरणे

ब] <u>पुरोगामी मरतात</u>

क] संयोजन मरतात

ड] कंपाऊंड मरणे

148] एक डाय ज्यामध्ये पंच आणि डायचे आकार कमी किंवा कोणत्याही धातूच्या प्रवाहासह थेट धातूमध्ये पुनरुत्पादित केले जातात.

अ] पुरोगामी मरतात

ब] संयोजन मरतात

क] कंपाऊंड मरतात

ड] <u>फॉर्मिंग मरणे</u>

149] कोणत्याही आकाराची छिद्रे तयार करण्यासाठी डाय वापरला जातो.

अ] <u>छेदून मरणे</u>

ब] पुरोगामी मरतात

क] संयोजन मरतात

ड] कंपाऊंड मरणे

150] Glpipes वरील बाह्य धागे सहज बाहेर पडतात

अ] टॅप सेटद्वारे

ब] <u>मरतो आणि साठा मरतो</u>

क] केंद्र lathes

ड] थ्रेड रोलर्स.

thread2   screw threads

धागा

151] आर्बर किंवा मॅन्डरेलसह वापरल्या जाणाऱ्या अक्षीय छिद्रासह लहान रेमर म्हणतात -------

अ] समांतर रेमर

ब] समायोज्य रिमर

क] विस्तार रीमर

ड] <u>चकिंगरिमर</u>

152] खालीलपैकी कोणता मशीन रीमरचा वापर रीमर अक्ष आणि कार्य अक्ष यांच्यातील चुकीचे संरेखन दुरुस्त करण्यासाठी केला जातो?

अ] <u>फ्लोटिंगब्लेडरिमर</u>

ब] मशीन जिग रिमर.

क] शेल रिमर

ड] चकिंग रिमर

153] टॅप बारीक करून पुन्हा तीक्ष्ण केले जातात -----

अ] झोपइया

ब] धागे

क] व्यास

ड] आराम

154] स्लिप गेजवर मुंग्याचे बुरखे असल्यास, ते काढून टाकले पाहिजे

अ] भरणे

ब] लॅपिंग

क] खरवडणे

ड] दळणे

१५५] ज्या उद्देशाने लॅपिंग ऑपरेशन केले जाते ---

अ] पृष्ठभाग पूर्ण परिष्कृत करण्यासाठी.

ब] फिटची गुणवत्ता सुधारण्यासाठी

C] भूमितीय अचूकता सुधारण्यासाठी,

ड] वरीलसर्व

156] लॅपिंग कंपाउंड मटेरियल ---------- आहे.

अ] वाळूचा दगड

ब] हिरा

क] क्वार्ट्ज

ड] कोरंडम

157] कामाचा तुकडा एब्रेसिव्हने चार्ज होतो आणि लॅप कधी कापतो?

अ] कामाचा तुकडा लॅपपेक्षा कठीण आहे

ब] कामाचातुकडालॅपपेक्षामऊअसतो

क] कामाच्या तुकड्यापेक्षा मांडीचा भाग मऊ असतो

ड] लेप कामाच्या तुकड्यापेक्षा खडबडीत आहे

158] चर लॅपिंग प्लेटवर ----------- साठी प्रदान केले जातात.

अ] प्लेटची विकृती रोखणे

ब] लॅपिंगपेस्टराखूनठेवणे

C] घर्षण कमी करणे

ड] धातू-चीप गोळा करते

159] डायमंड लॅपिंगसाठी खालील साहित्य वापरले जाते ....

A] H55

ब] तांबे'

C] ॲल्युमिनियम ऑक्साईड,

ड] उच्च कार्बन स्टील

160] गटर, छताचे फ्लॅशिंग, हुड इत्यादी बनवण्यासाठी.

अ] गॅल्वनाइज्ड लोह

ब] स्टेनलेस स्टील

क] तांब्याचे पत्र

ड] धातूची पत्रके

डेअरी मध्ये 161]. फूड प्रोसेसिंग, किचन वेअर इ.

अ] गॅल्वनाइज्ड लोह

ब] स्टेनलेस स्टील

क] तांब्याचे पत्र

ड] धातूची पत्रके

162] बादल्या, गरम नलिका, कॅबिनेट इत्यादी बनवण्यासाठी.

अ] गॅल्वनाइज्ड लोह

ब] स्टेनलेस स्टील

क] तांब्याचे पत्र

ड] धातूची पत्रके

163] कॅनरी आणि रासायनिक वनस्पतींमध्ये मेटल शीट्स

अ] गॅल्वनाइज्ड लोह

ब] स्टेनलेस स्टील

क] तांब्याचे पत्र

ड] धातूची पत्रके

164] मिश्रधातूचे पोलाद, चांगले संक्षारक प्रतिकार आणि सहज वेल्ड

अ] काळे लोखंड

ब] गॅल्वनाइज्ड लोह

क] स्टेनलेस स्टील

ड] ॲल्युमिनियम

165] सर्वात स्वस्त, कोणत्याही इच्छित जाडीवर आणले जाऊ शकते

अ] काळे लोखंड

ब] गॅल्वनाइज्ड लोह

क] स्टेनलेस स्टील

ड] ॲल्युमिनियम

166] काटकोनात लॉब त्रिज्येसह दिशा बदल प्रदान करते.

अ] प्लग

ब] कोपर

क] <u>वाकणे</u>

ड] रेड्यूसर 'टी' ब्रँकझ

167] वाकण्यासाठी शाखा प्रकारच्या हाताने चालणारे पाईप बेंडिंग मशीन वापरले जाते

अ] पीव्हीसीपाईप्स

ब] ऑनइ्युट पाईप्स

C] <u>GIpipes</u>

ड] तांबे पाईप्स.

168] हायड्रोलिक पाईप बेंडिंग मशीनचे आतील फॉर्मर्स व्यासापर्यंत पाईप्स वाकवू शकतात.

अ] 40 मि.मी

B] 100 मिमी

क] 20 मि.मी

ड] <u>75 मिमी</u>

169] 90° चे विचलन प्रदान करते

अ] प्लग

ब] <u>कोपर</u>

क] वाकणे

ड] रेड्यूसर 'टी' ब्रँकझ

170] अंतर्गत धागा असलेली ओळ बंद करण्यासाठी वापरली जाते.

अ] <u>प्लग</u>

ब] कोपर

क] वाकणे

ड] रेड्यूसर 'टी' ब्रँकझ

171] '45° चे विचलन प्रदान करते

अ] वाकणे

ब] रेड्युसर 'टी' ब्रँकझ

क] <u>कोपर</u>

ड] टी तुकडा

172] धावण्यासाठी काटकोनात आउटलेट प्रदान करते.

अ] वाकणे

ब] रेड्युसर 'टी' ब्रँकझ

क] कोपर

ड] टी तुकडा

173] पाईप व्यासामध्ये बदल आवश्यक असल्यास वापरला जातो.

अ] वाकणे

ब] रेड्युसर 'टी' ब्रॅकझ

क] कोपर

ड] टी तुकडा

174] माजी व्यक्तीची निवड यावर अवलंबून असते

अ] पाईपचा बाहेरील व्यास

ब] पाईपची भिंत जाडी

क] पाईपचा बोर व्यास

ड] वरील सर्व.

175] पाईप थ्रेडचा समाविष्ट कोन आहे

अ] ६०°

ब] ४७°

C] 55°

ड] ४५°

176] Glpipes मानक लांबी मध्ये उपलब्ध आहेत

अ] 5 मीटर

ब] १८"

क] 6 मीटर

ड] 16 फूट.

177] मानक पाईप फिटिंगमध्ये थ्रेड्स दिलेले असतात

अ] बी.ए

ब] बीएसडब्ल्यू

क] बसपा

ड] मेट्रिक.

178] Glpipes वरील बाह्य धागे सहज बाहेर पडतात

A] टॅप सेटद्वारे

ब] मरतो आणि साठा मरतो

क] केंद्र lathes

ड] थ्रेड रोलर्स.

घट्ट बंद असतानाही नळातून वाहणारे पाणी .

अ] स्पिंडल वाकलेला.

ब] दोषपूर्ण वॉशर.

क] स्पिंडलवरील व्हॉल्व्ह सैल.

ड] स्पिंडल धागा जीर्ण झालेला.

180] चालू आणि बंद करण्यासाठी जोरदार टॅप करा.

अ] स्पिंडल वाकलेला.

ब] दोषपूर्ण वॉशर.

क] स्पिंडलवरील व्हॉल्व्ह सैल.

ड] स्पिंडल धागा जीर्ण झालेला.

181] टॅप चालू केल्यावर मोठा आवाज.

अ] स्पिंडल वाकलेला.

ब] दोषपूर्ण वॉशर.

क] स्पिंडलवरील व्हॉल्व्ह सैल .

ड] स्पिंडल धागा जीर्ण झालेला.

182] जीएल पाईप्स बाहेरून दिले जातात

अ] कोणतेही धागे नाहीत

ब] समांतर धागे

क] टॅपर्ड धागे

D] समांतर किंवा टॅपर्ड धागे नाहीत.

183] पाईप असेंबलीमध्ये, भांग पॅकिंग वापरले जाते

अ] सुलभ प्रतिबद्धतेसाठी

ब] धाग्यांमधील अंतर भरण्यासाठी

क] गळती टाळण्यासाठी

ड] घट्ट फिटिंग मिळवण्यासाठी.

184] पाईप थ्रेडसवर सीलिंग कंपाऊंड लागू केले जावे

अ] भांग पॅकिंग करण्यापूर्वी

ब] भांग पॅकिंग नंतर

सी] तात्पुरते पॅकिंग करण्यापूर्वी आणि नंतर

D] वरीलपैकी काहीही नाही.

185] ओम हे एकक आहे

अ] प्रतिकार

ब] व्होल्टमीटर

C] Ammeter

ड] सेल टेस्टर

186] पॅनेल बोर्डवर बसवले

अ] प्रतिकार

ब] व्होल्टमीटर

C] <u>Ammeter</u>

ड] सेल टेस्टर

187] स्टार्टर मोटरसाठी पातळ केबल्स वापरल्यास

अ] <u>केबल गरम होईल</u>

ब] व्होल्टेज ड्रॉप

C] कमी विद्युत प्रवाह पुरवठा

ड] अधिक विद्युत प्रवाह पुरवठा.

188] बॅटरीमधील मुख्य फीड वायर्समध्ये मुख्य रंग असतो

अ] पांढरा

ब] <u>तपकिरी</u> .

ड] लाल

ड] काळा

189] पृथ्वी सर्किट रंग

C] निळा/लाल

ड] लाल

इ] <u>काळा</u>

फ] पांढरा

190] समोरील पार्किंग दिव्याचा रंग

अ] तपकिरी

ब] पिवळा

C] निळा/लाल

ड] <u>लाल</u>

191] इग्निशन सर्किट रंग

C] निळा/लाल

ड] लाल

इ] काळा

फ] <u>पांढरा</u>

192] सर्किट रंग निर्माण करणे

अ] तपकिरी

ब] <u>पिवळा</u>

C] निळा/लाल

ड] लाल

193] हेड लाईट सर्किट रंग

अ] तपकिरी

ब] पिवळा

C] <u>निळा/लाल</u>

ड] लाल

194] बॅटरी फीड सर्किट रंग

अ] <u>तपकिरी</u>

ब] पिवळा

C] निळा/लाल

ड] लाल

lead acid battery6   electric-car-battery

वाहनातील लीड ऑसिड बॅटरी

195] बॅटरीचे व्होल्टेज मोजते

अ] प्रतिकार

ब] <u>व्होल्टमीटर</u>

C] Ammeter

ड] सेल टेस्टर

196] मल्टीमीटर मोजू शकत नाही...

अ] प्रवाह

B] संभाव्य फरक

C] c <u>apacitance</u>

197] पृथ्वीचा वाहक जमिनीवर जाण्यासाठी मार्ग प्रदान करतो..

A. <u>गळतीकरंट</u>

ब] प्रवाहापेक्षा जास्त

C] उच्च व्होल्टेज

डी] सर्किट करंट

198] कंडक्टरमध्ये विकसित होणारी उष्णता याच्या प्रमाणात असते...

अ] शक्तीचा वर्ग

ब] प्रतिकाराचा चौरस

C] <u>प्रवाहाचावर्ग</u>

ड] वेळेचा वर्ग

200] बिंदू वेगळे करतो

अ] सोलेनोइड स्विच

ब] सक्रिय करणारी तार (गरम झाल्यावर]

C] बॅलास्ट प्रतिरोधक

<u>डी] एक्च्युएटिंग वायर (थंड झाल्यावर]</u>

201] विद्युत् प्रवाहाला बिंदूंपर्यंत मर्यादित करते

अ] सोलेनोइड स्विच

ब] सक्रिय करणारी तार (गरम झाल्यावर]

C] <u>बॅलास्ट प्रतिरोधक</u>

डी] एक्च्युएटिंग वायर (थंड झाल्यावर]

202] गुण बंद करतो

अ] सोलेनोइड स्विच

ब] <u>सक्रिय करणारी तार (गरम झाल्यावर]</u>

C] बॅलास्ट प्रतिरोधक

डी] एक्च्युएटिंग वायर (थंड झाल्यावर]

203] बॅटरी इलेक्ट्रोलाइटचे विशिष्ट गुरुत्व द्वारे तपासले जाते

अ] ammeter

ब] व्होल्टमीटर

क] <u>हायड्रोमीटर</u>

204] पॉवर कंपन्यांना पॉवर फॅक्टरमध्ये सुधारणा करण्यात रस आहे

अ] <u>रेषाप्रवाहकमीकरा</u>

ब] मोटर कार्यक्षमता वाढवा

C] व्होल्ट-अँपिअर वाढवा

ड] शक्ती कमी करणे

205] मुव्हिंग कॉइल इन्स्ट्रुमेंट ... च्या प्रभावावर कार्य करते.

अ] रासायनिक प्रभाव

ब] हीटिंग इफेक्ट

सी] इलेक्ट्रोस्टॅटिक प्रभाव

ड] <u>इलेक्ट्रोमॅग्नेटिकप्रभाव</u>

206] चुंबकीय क्षेत्र निर्माण करते

अ] आर्मेचर

ब] स्पार्क प्लग

क] कंडेनसर

ड] <u>घोड्याचा जोडा</u>

207] चुंबकीय ध्रुवांदरम्यान फिरते

अ] <u>आर्मेचर</u>

ब] स्पार्क प्लग

क] कंडेनसर

ड] घोड्याचा जोडा

208] स्टेटर विंडिंगचे टोक जोडलेले आहेत

अ] फील्ड कॉइल

ब] कार्बन ब्रश

क] तांब्याचा ब्रश

डी] <u>डायोड्स</u>.

209] डायोडमधील उष्णता शोषून घेते

अ] डायोड

ब] स्टेटर

क] बोटे

ड] <u>उष्णता सिंक</u>

210] सिलिकॉनचे बनलेले

अ] <u>डायोड</u>

ब] स्टेटर

क] बोटे

ड] उष्णता सिंक

211] 10mm MS प्लेट गॅस कापण्यासाठी ऑसिटिलीन वायूचा दाब...

A] <u>0.15 kgf/cm2</u>

B] 0.5 kgf/cm2

C] 1.0 kgf/cm2

D] 1.5 kgf/cm2

212] 10 मिमी जाड सौम्य स्टील कापण्यासाठी तुम्ही कोणत्या आकाराच्या कटिंग नोजलची निवड कराल?

A] 0.8 मिमी

ब] <u>1.2 मिमी</u>

क] 1.6 मिमी

ड] 2.0 मिमी

213] उजवीकडील वेल्डिंग तंत्राच्या बाबतीत फिलर रॉडचा कोन आहे...

अ] 10 ते 20॰

ब] 20 ते 30॰

क] <u>30 ते 40॰</u>

ड] 40 ते 50॰

214] गॅस वेल्डिंगच्या उच्च दाब प्रणालीचा एक फायदा म्हणजे...

अ] ते स्वस्त आहे

ब] <u>ते पोर्टेबल आहे</u>

क] ते कमी धोकादायक आहे

ड] यासाठी कुशल वेल्डरची आवश्यकता नाही

215] गॅस रेग्युलेटरचे कार्य आहे...

अ] विविध प्रकारच्या ज्वाला मिळवा

ब] वायू आवश्यक प्रमाणात मिसळा

C] ब्लो पाईपमध्ये वाहणाऱ्या वायूचे प्रमाण बदला

डी] <u>कामाचा दाब व सेट करा</u>

216] लॅप फिलेट जॉइंटला उभ्या स्थितीत वायूद्वारे वेल्डिंगसाठी वेल्डच्या रेषेला खालील पाईपचा कोन किती असावा?

अ] 30॰ ते 40॰

ब] 45॰ ते 50॰

क] 60॰ ते 70॰

ड] <u>75॰ ते 80॰</u>

217] स्फोट टाळण्यासाठी ऑसिटिलीन वायू पास करण्यासाठी कोणत्या धातूच्या पाईपचा वापर करू नये?

अ] गॅल्वनाइज्ड लोह

ब] स्टेनलेस स्टील

क] सौम्य स्टील

ड] <u>कूपर</u>

218] ऑसिटिलीन वायूमध्ये कार्बनची टक्केवारी आहे...

अ] ९९%

ब] <u>92.3%</u>

क] ८९.१%

ड] ८५.३%

219] ऑसिटिलीन वायूचं समावेश होतो

अ] कॅल्शियम, कार्बन आणि हायड्रोजन

ब] कॅल्शियम आणि हायड्रोजन

C] कॅल्शियम, कार्बन, हायड्रोजन आणि ऑक्सिजन

D] कार्बनआणिहायड्रोजन

220] एसिटिलीन प्युरिफायरमध्ये सल्फरेटेड आणि फॉस्फोरेटेड हायड्रोजन काढून टाकले जाते ...

अ] प्युमिस

ब] पाणी

क] फिल्टर लोकर

डी] शुद्धकरणारेरसायने

221] गॅस वेल्डिंगमधील फ्लक्सचे एक कार्य म्हणजे...

अ] धातूचेऑक्साईडविरघळतात

ब] मानसिक वितळण्याचे बिंदू कमी करा

C] ज्वालाचे तापमान वाढवा

D] मुळांचा प्रवेश वाढवतो

222] खालीलपैकी कोणत्या घटकांवर गॅस वेल्डिंगसाठी फ्लक्सची निवड अवलंबून असते?

अ] सामीलहोण्यासाठीसामग्रीचाप्रकार

ब] धार प्रवेशाचा प्रकार

C] इंधन वायूचा प्रकार

ड] ज्वालाचा प्रकार वापरला

223] 300 मिमी लांब कॉपर बट जॉइंट गॅस वेल्डिंगसाठी आवश्यक विचलन भत्ता...

अ] 1 ते 2 मि.मी

ब] 2 ते 3 मि.मी

क] 3 ते 4 मि.मी

ड] 4 ते 5 मि.मी

224] 4 मिमी जाड कॉपर बट जॉइंट गॅस वेल्डिंगसाठी धार तयार करण्याचा प्रकार आहे...

अ] सिंगल बेवेल

ब] एकलव्ही

क] दुहेरी व्ही

ड] चौरस

225] गॅस वेल्ड करण्यासाठी वापरल्या जाणाऱ्या नोजलचा आकार 3.15 मिमी जाड अॅल्युमिनियम बट जॉइंट आहे ...

अ] १३

ब] १०

क] ७

ड] <u>5</u>

226] ॲल्युमिनियमच्या गॅस वेल्डिंगसाठी प्रीहीटिंग तापमानाचे मूल्य काय आहे?

A] 100 ते 120∘C

ब] <u>150 ते 180∘C</u>

C] 180 ते 200∘C

ड] 210 ते 250∘C

227] पाईप टी जॉइंटचे लीक प्रूफ जॉइंट्स बनवण्यासाठी आणि पूर्ण करण्यासाठी वापरल्या जाणार्‍या साधनाचे नाव सांगा

अ] <u>चर</u>

ब] सेटिंग हातोडा

क] क्रिझिंग हातोडा

ड] गोल तळाचा भाग

228] कास्ट आयर्न वेल्डिंगसाठी सिंगल वीच्या वी ग्रूव्हचा कोन परंतु संयुक्त ...

अ] 60∘

ब] 70∘

क] 80∘

ड] <u>90∘</u>

229] शील्ड मेटल आर्क वेल्डिंगचे वर्गीकरण या प्रक्रिये अंतर्गत केले जाते ...

अ] इलेक्ट्रिक रेझिस्टन्स वेल्डिंग

ब] विशेष वेल्डिंग

C] <u>इलेक्ट्रिकआर्कवेल्डिंग</u>

ड] इलेक्ट्रो गॅस वेल्डिंग

230] इलेक्ट्रोड होल्डरचा आकार कसा निर्दिष्ट करायचा?

अ] त्याच्या वजनाने

ब] त्याच्या आकारानुसार

C] <u>त्याच्यावर्तमानवहनक्षमतेनुसार</u>

ड] ते तयार करण्यासाठी वापरल्या जाणार्‍या धातूद्वारे

231] 3.15 मिमी मध्यम लेपित सौम्य स्टील इलेक्ट्रोडसाठी वर्तमान संच आहे...

A] 50 ते 80 amp

B] <u>90 ते 120 amp</u>

C] 120 ते 150 amp

ड] 150 ते 170 amp

232] एक लांब चाप वापरला जातो ...

अ] कमी हायड्रोजन इलेक्ट्रोडसह वेल्डिंग

ब] क्षैतिज स्थिती

C] प्लगकिंवास्लॉटवेल्डिंग

ड] कास्ट आयर्न वेल्डिंग

233] इलेक्ट्रोडचा प्रवास वेग जास्त असल्यास, टी फिलेट जॉइंटवर कोणत्या प्रकारचे वेल्ड दोष आढळतील?

अ] ओव्हरलॅप

ब] स्लॅग समावेश

C] जास्त मजबुतीकरण

ड] मुळांच्याप्रवेशाचाअभाव

234] कव्हरिंग/फायनल रनमध्ये इलेक्ट्रोडच्या अयोग्य विणकामामुळे लॅप फिलेट जॉइंटवर कोणता वेल्ड दोष आढळतो?

अ] तडा

ब] अंडरकट

क] संलयनाचा अभाव

D] प्लेटचीधारवितळली

235] ऑक्सी-आर्क कटिंग प्रक्रियेत खालीलपैकी कोणता वापरला जातो?

अ] फ्लक्स लेपित घन इलेक्ट्रोड

ब] बेअर वायर ट्यूबलर इलेक्ट्रोड

C] फ्लक्सलेपितट्यूबलरइलेक्ट्रोड

डी] बेअर टंगस्टन आर्क कटिंग इलेक्ट्रोड

236] कार्बन आर्क कटिंग उपकरणातील इलेक्ट्रोड होल्डर बनलेला असतो...

अ] साधे कार्बन स्टील

ब] गॅल्वनाइज्ड लोह

क] ॲल्युमिनियम

ड] तांबे

237] एनीलिंगचा मुख्य उद्देश ----------- आहे.

अ] यंत्रक्षमतासुधारण्यासाठी

ब] चुंबकत्व सुधारण्यासाठी

क] कडकपणा वाढवण्यासाठी

ड] कणखरपणा वाढवण्यासाठी

238] HSS टूलमधील कार्बन टक्केवारी ------- आहे.

अ] ०.७५ते१.००%

ब] 1.00 ते 2.00 00

क] ०.६० ते ०.७५%

ड] ०.०२ ते ०.०३ %.

239] खालीलपैकी कोणता धातूचा लवचिक विकृतीचा प्रतिकार आहे?

अ] लवचिकता.

ब] ताकद

क] कडकपणा

ड] कणखरपणा

240] आवश्यक गुणधर्म मिळविण्यासाठी स्टीलची रचना बदलण्यासाठी गरम आणि थंड करण्याच्या प्रक्रियेला म्हणतात.

अ] कडक होणे

ब] सामान्यकरणे

क] उष्णता उपचार

D] टेंपरिंग

241] एनीलिंगचा मुख्य उद्देश आहे

अ] कडकपणा वाढवा

ब] कणखरपणा वाढवा

क] यंत्रक्षमतासुधारणे

ड] विकृती सुधारणे

242] स्टीलचे सामान्यीकरण करण्याचा उद्देश ----------- आहे.

अ] प्रेरितताणकाढूनटाका

ब] जनुक सुधारणे आणि ठिसूळपणा कमी करणे

क] धातू मऊ करणे

ड] पृष्ठभाग वाढवा?

243] खालीलपैकी कोणती प्रक्रिया बाह्य 5" एनीलिंगसाठी कठोर करण्यासाठी वापरली जाते

अ] कडक होणे

ब] टेंपरिंग

क] केसकडकहोणे

ड] अश्रू पृष्ठभाग

244] टफ आणि ductIIe कोर आणि हार्ड ou असलेले घटक तयार करण्याचा उद्देश...... म्हणून ओळखला जातो.

अ] कडक होणे

ब] केसकडकहोणे

क] टेंपरिंग

ड] एनीलिंग

245] कडक होत असताना उच्च कार्बन स्टीलचे कमी गंभीर तापमान ---------- असते.

A] 9600C

ब] 900° से

c] 7230 c

D] 56O C

246] रचना बदलण्याची आणि अशा प्रकारे गरम आणि थंड करून गुणधर्म बदलण्याची प्रक्रिया -- म्हणून ओळखली जाते.

अ] उष्णताउपचार

ब] मिश्रधातू

क] टेंपरिंग

ड] यापैकी नाही

247] धान्य रचना शुद्ध करण्यासाठी खालीलपैकी कोणती उष्णता उपचार प्रक्रिया अवलंबली जाते.

अ] एनीलिंग

ब] कडक होणे

क] टेंपरिंग

ड] सामान्यकरणे

248] लोखंड आणि पोलादावर ॲनिलिंग केले जाते ---------

अ] अंतर्गत ताण दूर करण्यासाठी

ब] कडकपणा कमी करण्यासाठी

क] यंत्रक्षमता सुधारण्यासाठी

ड] हेसर्व

249] खालीलपैकी कोणते उष्मा उपचाराच्या टप्प्यांत येत नाही?

अ] गरम करणे

ब] स्वच्छता

क] शमन करणे

ड] भिजवणे

250] दबावाखाली द्रव

अ] हेवी ड्युटी इंजिन सुरू करणे

ब] स्टार्टर मोटर

C] हायड्रॉलिक क्रॅकिंग

ड] इलेक्ट्रिक मोटर

251] हायड्रॉलिक फ्लोअर जॅक वापरला जातो

अ] किंग पिन बुश काढण्यासाठी

ब] <u>चाक उचलणे</u>

क] झुडूप दाबण्यासाठी

ड] नोकरी धरा.

252] खालीलपैकी कोणता वायवीय प्रणालीचा फायदा आहे?

अ] कमी किमतीच्या मांडणीसाठी

ब] उत्पादनाचा दर वाढवण्यासाठी

C] कामाच्या चांगल्या वातावरणासाठी

ड] <u>हेसर्व</u>

253]हायड्रॉलिक ब्रेक सिस्टीममधील द्रवपदार्थाचा दाब नियंत्रित केला जातो

अ] कायदा उकळतो

ब] चार्ल्स कायदा

C] <u>पास्कलचानियम</u>

D] वरीलपैकी कोणताही कायदा नाही

254] सिलिंडरच्या आत आणि बाहेर दोन्ही मार्गांनी द्रव येऊ देते

अ] पिस्टन

ब] पुश रॉड

क] प्राथमिक कप

ड] <u>झडपतपासा</u>

255] भरपाई देणारे बंदर सील करते

अ] पिस्टन

ब] पुश रॉड

क] <u>प्राथमिककप</u>

ड] झडप तपासा

256] पिस्टन सक्रिय करते

अ] पिस्टन

ब] <u>पुशरॉड</u>

क] प्राथमिक कप

ड] झडप तपासा

२५७] द्रवपदार्थावर दबाव निर्माण होतो

अ] <u>पिस्टन</u>

ब] पुश रॉड

क] प्राथमिक कप

ड] झडप तपासा

258] इंधन बाहेर जाण्यासाठी दबाव विकसित करते

अ] झडपा

ब] कॉइल स्प्रिंग

क] <u>डायाफ्राम</u>

ड] रॉकर हात

259] डायाफ्राम सक्रिय करते

अ] झडपा

ब] कॉइल स्प्रिंग

क] डायाफ्राम

ड] <u>रॉकरहात</u>

260] वाहनाचा चालक म्हणून काम करणाऱ्या व्यक्तीला म्हणतात

अ] कंडक्टर

ब] <u>चालक</u>

क] प्रवासी

ड] प्रेक्षक.

261] वाहन धोकादायक स्थितीत सोडण्यासाठी कायदा

A] MV ACT 1988 चे 125

ब] MV ACT 1988 चे 126

C] MV ACT 1988 चे 128

D] <u>MV ACT 1988 चे 122</u>

262] रनिंग बोर्डवर राइडिंगसाठी कायदा

ब] MV ACT 1988 चे 126

C] MV ACT 1988 चे 128

D] MV ACT 1988 चे 122

इ] <u>MV ACT 1988 चे 123</u>

263] चालकाच्या अडथळ्यासाठी कायदा

A] <u>MV ACT 1988 चे 125</u>

ब] MV ACT 1988 चे 126

C] MV ACT 1988 चे 128

D] MV ACT 1988 चे 122

264] स्थिर वाहनांसाठी कायदा

A] MV ACT 1988 चे 125

ब] <u>MV ACT 1988 चे 126</u>

C] MV ACT 1988 चे 128

D] MV ACT 1988 चे 122

265] ड्रायव्हर आणि पिलियन रायडर्ससाठी सुरक्षा उपायांसाठी कायदा

A] MV ACT 1988 चे 125

ब] MV ACT 1988 चे 126

C] <u>MV ACT 1988 चे 128</u>

D] MV ACT 1988 चे 122

266] वाहन उचलण्यासाठी वापरले जाते

अ] दाब मापक

ब] तेलाची टाकी

क] तेल स्प्रे बंदूक

ड] <u>कार फडकावणे</u>

267] कार होईस्ट मध्ये वापरले जाते

अ] दाब मापक

ब] <u>तेलाची टाकी</u>

क] तेल स्प्रे बंदूक

ड] कार फडकावणे

268] डिझेल सायकलमध्ये ज्वलन येथे होते

अ] <u>सतत दबाव</u>

ब] स्थिर खंड ''

क] स्थिर तापमान

ड] स्थिर तापमान आणि दाब.

269] रुडॉल्फ डिझेलने Cl.engine विकसित केले

अ] 1876

ब] 1880

सी] <u>1892</u>

ड] 1930

engines5

diesel engine-valves

वाहनातील इंजिन

270] पर्किन्सने 'पी' मालिकेतील इंजिन तयार केले
अ] 1876
ब] 1880
सी] 1892
ड] <u>1930</u>

271] NA OTTO ने 4 स्ट्रोक सायकल इंजिन विकसित केले
अ] <u>1876</u>
ब] 1880
सी] 1892

ड] 1930

272] दुगाल्ड क्लर्कने 2 स्ट्रोक सायकल इंजिन विकसित केले

अ] 1876

ब] <u>1880</u>

सी] 1892

ड] 1930

273] सर्व सिलिंडर आडव्या रेषेत

अ] 'व्ही' इंजिन

ब] <u>इनलाइनइंजिन</u>

C] विरोधक इंजिन

D] रेडियल इंजिन

274] सिलिंडर 'V' आकारात स्थित

अ] <u>'व्ही' इंजिन</u>

ब] इनलाइन इंजिन

C] विरोधक इंजिन

D] रेडियल इंजिन

275] सिलिंडर त्रिज्या स्थितीत

अ] 'व्ही' इंजिन

ब] इनलाइन इंजिन

C] विरोधक इंजिन

D] <u>रेडियलइंजिन</u>

276] सिलिंडर एकमेकांच्या विरुद्ध क्षैतिजरित्या व्यवस्था केलेले

अ] 'व्ही' इंजिन

ब] इनलाइन इंजिन

C] <u>विरोधकइंजिन</u>

D] रेडियल इंजिन

277] पार्किंग लाइट कम इंडिकेटर म्हणून वापरला जातो

अ] एक सममितीय बल्ब

ब] सूक्ष्म बल्ब

क] <u>फेस्टून बल्ब</u>

D] <u>SC/SF</u>

278] प्लेट नसलेला दिवा म्हणून वापरला जातोआणि ब्रेक दिवा

ब] सूक्ष्म बल्ब

क] फेस्टून बल्ब

ड] SC/SF

ई] डीसी/डीएफ

279] दुचाकी टेल लॅम्प म्हणून वापरला जातो

अ] एक सममितीय बल्ब

ब] सूक्ष्म बल्ब

क] फेस्टून बल्ब

D] SC/SF

280] पॅनेल इन्स्ट्रूमेंट दिवा म्हणून वापरला जातो

अ] एक सममितीय बल्ब

ब] सूक्ष्म बल्ब

क] फेस्टून बल्ब

D] SCIS.F.

281] हेडलाइट बल्ब म्हणून वापरला जातो

अ] एक सममितीय बल्ब

ब] सूक्ष्म बल्ब

क] फेस्टून बल्ब

D] SCIS.F.

282] हेड लाईटचे भाग बदलले जाऊ शकतात

अ] सीलबंद तुळई

ब] फ्लश फिटिंग प्रकार

C] प्रीफोकस केलेला बल्ब

ड] हॅलोजन बल्ब.

283] हेड लाईट म्हणून देखील वापरले जाते

अ] बाजूचे सूचक

ब] थांबा सूचक

C] सिग्नलिंग यंत्र

ड] गरम करणारे यंत्र.

284] शेल प्रकाश किरण रस्त्यावर निर्देशित करण्यासाठी

अ] हेडलॅम्प

ब] परावर्तक

क] भिंग

ड] दत्तक

285] होल्डरमध्ये बल्ब ठेवण्यासाठी

अ] हेडलॅम्प

ब] परावर्तक

क] भिंग

ड] एक डॉप्टर

286] रोषणाई निर्माण करणे

ब] परावर्तक

क] भिंग

ड] दत्तक

इ] बल्ब

287] सपाट अंडाकृती आकाराचे तुळई तयार करणे

अ] हेडलॅम्प

ब] परावर्तक

क] भिंग

ड] दत्तक

288] रिफ्लेक्टरला स्थितीत ठेवण्यासाठी

अ] हेडलॅम्प

ब] परावर्तक

क] भिंग

ड] दत्तक

289] वाहनाला ब्रेक लावला जात आहे हे दर्शविण्यासाठी

अ] हेडलाइट

ब] पार्किंग लाइट

क] प्रकाश थांबवा

ड] पटल प्रकाश

290] गेजचे कार्य वाचण्यासाठी

अ] हेडलाइट

ब] पार्किंग लाइट

क] प्रकाश थांबवा

ड] पटल प्रकाश

291] रस्त्यावर रोषणाई करणे

अ] हेडलाइट

ब] पार्किंग लाइट

क] प्रकाश थांबवा

ड] पटल प्रकाश

वाहनाचे पार्किंग सूचित करण्यासाठी

अ] हेडलाइट

ब] <u>पार्किंग लाइट</u>

क] प्रकाश थांबवा

ड] पटल प्रकाश

293] सिलेंडरच्या डोक्यातून शिसक्या आवाज येण्याचे कारण काय आहे?

अ] जास्त टॅपेट क्लिअरन्स

ब] चुकीचे इंजेक्शन वेळ

क] पाय-इग्निशन

D] <u>एअर क्लिनर माउंटिंग लूज</u> .

294] सिलेंडर हेड किंवा ब्लॉक वर आरोहित

अ] पंख

ब] रेडिएटर्स

क] पंखा

ड] <u>पाण्याचापंप</u>

295] सिलेंडरमध्ये आणि बाहेर दोन्ही मार्गांनी द्रवपदार्थ येऊ देते

अ] पिस्टन

ब] पुश रॉड

क] प्राथमिक कप

ड] <u>झडपतपासा</u>

296] हवेच्या टाकीतून हवेचा अतिरिक्त दाब कमी होतो.

अ] एअर कंप्रेसर

ब] अनलोडर वाल्व

सी] <u>सुरक्षाझडप</u>

ड] ब्रेक चेंबर

air tank safety valve

mmv air tank safety valve

एअर टँक सुरक्षा झडप

297] हवेच्या टाकीपर्यंत पोहोचून जास्तीत जास्त हवेचा दाब नियंत्रित करते.

अ] एअर कंप्रेसर
ब] <u>अनलोडरवाल्व</u>
सी] सुरक्षा झडप
ड] ब्रेक चेंबर
298] पुढील आणि मागील ब्रेकला हवा पुरवठा करते
अ] ब्रेक ऑक्ट्युएटर
ब] <u>इयुअलब्रेकव्हॉल्व्ह</u>
क] प्रणाली संरक्षण झडपा
ड] झडप झडप

hydraulic pnumatic
brakes

brakes

कारमध्ये ब्रेक

299] वाहन पार्किंगसाठी चालवले जाते.
अ] ब्रेक ऑक्ट्युएटर
ब] इयुअल ब्रेक व्हॉल्व्ह
क] प्रणाली संरक्षण झडपा
ड] <u>झडपझडप</u>
300] विविध सर्किट्समध्ये हवा वितरीत करते
अ] ब्रेक ऑक्ट्युएटर
ब] इयुअल ब्रेक व्हॉल्व्ह
क] <u>प्रणालीसंरक्षणझडपा</u>
301] वाल्व बंद स्थितीत ठेवते
अ] पुश रॉड
ब] टॅपेट
क] <u>वसंतऋतु</u>
ड] कॅम लोब

engine valves3

diesel engine-valves

इंजिन वाल्व

302] इंधन आत आणि बाहेर वाहू द्या

अ] झडपा

ब] कॉइल स्प्रिंग

क] डायाफ्राम

ड] रॉकर हात

cooling system3

engine cooling

कारमध्ये कूलिंग सिस्टम

303] विस्तार टाकीमध्ये शीतलकांना परवानगी देते

अ] <u>प्रेशररिलीफव्हॉल्व्ह</u>

ब] इंजिन फॅन बेल्ट

C] रेडिएटर ड्रेन प्लग

ड] ओव्हर फ्लो पाईप

304] ओव्हरफ्लो व्हॉल्व्ह वापरला जातो

अ] <u>इंधन भरणा यंत्रातील अतिरिक्त इंधन परत पाठवणे</u>

ब] इंधन फिल्टरला अधिक इंधन पुरवठा करण्यासाठी

C] स्वच्छ इंधन पुरवठा करण्यासाठी

डी]गळती होणारे इंधन घेणे

305] फीड पंप चालवले जातात

अ] इंजिनचा कॅमशाफ्ट

ब] <u>एफआयपीचा कॅमशाफ्ट</u>

C] टायमिंग गीअर्स

ड] इंजिन ते इंजिन बदलते.

306] तेलाचे पंप साधारणपणे चालवले जातात

अ] <u>कॅमशाफ्ट</u>

ब] रॉकर शाफ्ट

क] क्रँकशाफ्ट

ड] डँपर पुली

307]इंजिन मुळे कमी उर्जा विकसित करते

अ] <u>दोषपूर्णप्रज्वलनवेळ</u>

ब] जास्त प्रमाणात समृद्ध मिश्रण

C] सदोष स्नेहन प्रणाली

डी] खूप घट्ट सिलेंडर हेड

308] द्रवपदार्थावर दबाव निर्माण होतो

अ] ब्रेक पेडल

ब] <u>मास्टरसिलेंडरपिस्टन</u>

क] व्हील सिलेंडर पिस्टन

ड] वितरण ब्लॉक

309] मास्टर सिलेंडर पिस्टनला लिंकेजमधून ढकलतो.

अ] <u>ब्रेकपेडल</u>

ब] मास्टर सिलेंडर पिस्टन

क] व्हील सिलेंडर पिस्टन

ड] वितरण ब्लॉक

310] पिस्टन सक्रिय करते

अ] पिस्टन

ब] <u>पुशरॉड</u>

क] प्राथमिक कप

ड] झडप तपासा

311] द्रवपदार्थावर दबाव निर्माण होतो

अ] <u>पिस्टन</u>

ब] पुश रॉड

क] प्राथमिक कप

ड] झडप तपासा

piston rings & valves7   diesel-engine-piston-rings

इंजिनमधील पिस्टन आणि रिंग

312] पिस्टनचे विस्थापन खंड

अ] |.एचपी

ब] स्वीप्टखंड

क] यांत्रिक कार्यक्षमता

ड] अश्वशक्ती

313] सिलेंडरमध्ये पिस्टनच्या खालच्या दिशेने हालचालीचा प्रारंभ बिंदू

अ] TDC .

ब] सायकल

C] BDC

ड] प्रज्वलन

314] सिलेंडरमध्ये पिस्टनच्या वरच्या दिशेने हालचालीचा प्रारंभ बिंदू

अ] TDC

ब] सायकल

C] BDC

ड] प्रज्वलन

315] फुंकणे प्रतिबंधित करते

अ] पिस्टन

ब] पिस्टन पिन

क] कनेक्टिंग रॉड

ड] पिस्टनरिंग

316] सिलेंडर मध्ये reciprocates

अ] पिस्टन

ब] पिस्टन पिन

क] कनेक्टिंग रॉड

ड] पिस्टन रिंग

317] पिस्टन आणि कनेक्टिंग रॉड जोडते

अ] पिस्टन

ब] पिस्टनपिन

क] कनेक्टिंग रॉड

ड] पिस्टन रिंग

318] सिलेंडरमध्ये दोलन

अ] पिस्टन

ब] पिस्टन पिन

क] कनेक्टिंगरॉड

ड] पिस्टन रिंग

319]कनेक्टिंग रॉडचे वरचे आणि खालचे भाग बोल्ट केलेले आहेत

अ] क्रँकशाफ्ट मॅन जर्नल

ब] क्रँकपिनजर्नल

क] कॅमशाफ्ट

ड] पिस्टन पिन बॉस

320] क्रँकशाफ्ट मेन जर्नल आणि क्रँक पिन यांच्यामध्ये छिद्र पाडले जाते

अ] क्रँकशाफ्टचे संतुलन

ब] क्रँकशाफ्ट वजन कमी करणे

C] वंगणकनेक्टिंगरॉडबीयरिंग

ड] क्रँकशाफ्ट कंपन कमी करणे

321] परस्परगतीचेरोटरीगतीमध्येरूपांतरकरते

अ] क्रँकशाफ्ट

ब] फ्लायव्हील्स

क] टॉर्क रेंच

ड] थ्रस्ट बेअरिंग

322] रोटरी हालचाल खेचणे आणि कृती ढकलणे

अ] वायपर मोटर

ब] क्रँकिंग लिंक

क] पिनियन

ड] वायपर ब्लेड

323] व्हील हब बेअरिंग्स सामावून घेतात.

अ] किंगपिन

ब] स्प्रिंग पॅड

क] स्टबएक्सलशाफ्टभाग

ड] ट्रॅक रॉड बॉल सांधे

324] ड्रॉअल प्लेटसह ढकलणे

अ] क्लच कव्हर

ब] रिलीझबेअरिंग

क] बोटे सोडणे

ड] क्लच प्लेट

325] जोराचाभारघेतो

अ] क्रँकशाफ्ट

ब] फ्लायव्हील्स

क] टॉर्क रेंच

ड] थ्रस्टबेअरिंग

326]वितरक शाफ्ट द्वारे समर्थित आहे

अ] बॉल बेअरिंग

ब] शेल बेअरिंग

क] बुशबेअरिंग

ड] सुई बेअरिंग

327] ऊर्जासाठवते

अ] क्रँकशाफ्ट

ब] फ्लायव्हील्स

क] टॉर्क रेंच

ड] थ्रस्ट बेअरिंग

328] फ्लायव्हील रिंगसह व्यस्त आहे

अ] पिनियन

ब] ओव्हर रनिंग क्लच

क] प्लंजर डिस्क

ड] घट्ट पकड

329] फ्लायव्हील मॅग्नेटोचा समावेश होतो

अ] तात्पुरता चुंबक

ब] बार चुंबक

क] कायम चुंबक

ड] सुई चुंबक.

330] फ्लायव्हील मॅग्नेटोमध्ये, इग्निशन कॉइल असते

अ] <u>स्थिर</u>

ब] हलणे

क] फिरणारा

ड] दोलन.

331] कायम चुंबकाला फिरवणे

अ] स्विच

ब] दुय्यम कॉइल

क] <u>फ्लायव्हील्स</u>

ड] कंडेन्सर्स

332] वाहन उलटवताना चालकाचे नियंत्रण असावे

अ] <u>घट्ट पकड</u>

ब] फॉरवर्ड गियर

क] प्रवेगक

ड] हँड ब्रेक.

333] क्लच प्लेट असेंबलीमध्ये स्प्रिंग्ससह मध्यवर्ती स्टील डिस्क असते

अ] ताकद

ब] लवचिकता

क] कमी आवाज

ड] <u>शोषकधक्के</u>

334] मध्ये कुत्र्याच्या तावडीचा वापर केला जातो

अ] <u>गियरबॉक्स</u>

ब] घर्षण तावडी

C] ब्रेक

ड] भिन्नता

dog clutches2

mmv dog clutches

वाहनात कुत्र्याचा तावड

335] सिंक्रोमेश यंत्रणा प्रदान केली आहे

अ] वाहनाचा वेग वाढवणे

ब] वाहनाचा वेग कमी करणे

C] गुळगुळीत गियर प्रतिबद्धता

ड] वरीलपैकी काहीही नाही.

336] फक्त स्पर गीअर्स वापरले जातात

अ] सरकणारी जाळी

ब] सिंक्रोमेश

क] डबल डिक्लचिंग

ड] हस्तांतरण प्रकरण

337] गुळगुळीत गियर शिफ्टिंगसाठी वापरले जाते

अ] सरकणारी जाळी

ब] सिंक्रोमेश

क] डबल डिक्लचिंग

ड] हस्तांतरण प्रकरण

338] हाई गियर शिफ्टिंगमुळे आहे

अ] जीर्ण झालेली क्लच डिस्क

ब] खराब झालेले मुख्य शाफ्ट बीयरिंग

C] <u>सिंक्रोनायझर युनिट खराब झाले</u>

ड] गिअरबॉक्समध्ये जास्त तेल.

339] गियर स्लिपमुळे आहे

अ] <u>थकलेला सिंक्रोनायझर</u>

ब] जीर्ण झालेली क्लच डिस्क

C] कोरडे मुख्य शाफ्ट बेअरिंग

ड] क्लचचा कमकुवत दाब स्प्रिंग.

340] विशिष्ट गियरमधील आवाज यामुळे होतो

अ] अपुरा क्लच पेडल फ्री प्ले

ब] गियर दात नुकसान

C] क्रॅक्ड गियर बॉक्स केस

डी] <u>खराब झालेले सिंक्रोमेश युनिट</u> .

341] गियरशिफ्ट लीव्हर यासाठी वापरले जाते

अ] क्लच सोडणे

ब] <u>गियर बदलणे</u>

क] इंजिनचा वेग वाढवणे

ड] वाहनाची दिशा नियंत्रित करणे.

steering gearbox3   steering system

वाहनातील स्टीयरिंग गिअरबॉक्स

342] कोणत्या प्रकारच्या स्टीयरिंग गियर बॉक्समध्ये व्हेरिएबल स्टीयरिंग रेशन प्राप्त होते?

अ] <u>वर्मआणिरोलरस्टीयरिंगगियर</u>

ब] वर्म आणि नट स्टीयरिंग गियर

C] वर्म आणि सेक्टर स्टीयरिंग गियर

डी] रॅक आणि पिनियन स्टीयरिंग गियर

speed gear box6

gear box

वाहनात स्पीड गियर बॉक्स

343] याद्वारे वाहन वेगवेगळे वेग प्राप्त करते

अ] गियरबॉक्स

ब] घट्ट पकड

क] भिन्नता

D] मागील एक्सल आणि चाक

344] मध्ये कुत्र्याच्या तावडीचा वापर केला जातो

अ] गियरबॉक्स

ब] घर्षण तावडी

C] ब्रेक्स

ड] भिन्नता

345] 3 स्पीड गिअर बॉक्समध्ये खालील गीअर्सच्या संयोजनात प्रदान केले आहेत

अ] 3 फॉरवर्डआणि 1 रिव्हर्स

ब] 2 फॉरवर्ड आणि 1 रिव्हर्स

क] 4 पुढे

D] 2 फॉरवर्ड आणि 2 रिव्हर्स

346] कोणता गियर अक्षीय विश्वास निर्माण करत नाही

अ] <u>स्पूरगियर</u>

ब] हेलिकल गियर

C] सर्पिल बेव्हल गियर

डी] बेव्हल गियर

347] जे गीअर्स रोटरी मोशनला रेखीय गतीमध्ये रूपांतरित करते

अ] वर्म गियर्स

ब] हेरिंग बोन गियर

क] <u>रॅकआणिपिनियन</u>

ड] हेलिकल गियर

348] गियर घसरण्याचे कारण काय आहे

अ] अनल्युब्रिकेटेड गियर linka-ges

ब] गिअर बॉक्समध्ये कमी तेल

क] गियरचे तुटलेले दात

डी] <u>गियरलीव्हरचेचुकीचेसमायोजन</u>

349] विभेदक गियर गुणोत्तर खालीलपैकी कोणत्याही एका विधानावरून काढले जाऊ शकते

अ] सूर्य गियर

ब] <u>ग्रहांचीगियर</u>

क] मुकुट चाक

ड] पिनियन

diffrential gear box3

Diffrential

ट्रकमधील भिन्न गियर बॉक्स
350] कूलिंग सिस्टीममधील कूलिंगमधील कूलंटचे उकळत्या तापमानाच्या वापरामुळे वाढ होते.
अ] वॉटर जॅकेट
B] फक्त व्हॅक्यूम वाल्व
सी] <u>दाबप्रकाररेडिएटरकॅप</u>
डी] रेडिएटर कोर ट्यूब्स/पाईप्स
      radiator cap4   mmv Radiator cap

वाहनात रेडिएटर कॅप

351] प्रेशर रेडिएटर कॅपचा मुख्य उद्देश आहे

अ] प्रणालीवरदबावआणणे

ब] हवेतील पाण्याचे अभिसरण वाढवा

सी] प्रणालीमध्ये व्हॅक्यूम विकसित करण्यास मदत

D] दबाव वाढणे टाळा

352] खालीलपैकी एक कारण इंजिन जास्त गरम होण्यास कारणीभूत ठरू शकते

अ] अडकलेलेरेडिएटरकोर

ब]कमी निष्क्रिय गती सेटिंग

सी]अत्याधिक वाल्व टॅपेट क्लीयरन्स

डी] स्नेहन तेलाचा दाब खूप जास्त आहे

353] सिलेंडर हेड किंवा ब्लॉक वर आरोहित

अ] पंख

ब] रेडिएटर्स

क] पंखा

ड] पाण्याचापंप

354] पाण्याचा पंप चालवतो

अ] प्रेशर रिलीफ व्हॉल्व्ह

ब] इंजिनफॅनबेल्ट

C] रेडिएटर ड्रेन प्लग

ड] ओव्हर फ्लो पाईप

355] थर्मोस्टॅट झडप उघड्या स्थितीत राहिल्यास खालीलपैकी कोणते होईल

अ] इंजिनपर्यंतमंदवार्मिंग

b]इंजिन जास्त उष्णता देईल

C]इंजिन सुरू होण्यात अयशस्वी

डी] इंजिनचे स्टॉलिंग

thermostat valve

thermostat

वाहनातील थर्मोस्टॅट वाल्व

356]ड्राय संप स्नेहन प्रणालीमध्ये, स्कॅव्हेंजिंग पंप वापरला जातो

अ] <u>पंपतेटाकीपर्यंततेलपंपकरा</u>

ब] सर्व फिरत्या भागांना थेट तेल पंप करा

सी] अतिरिक्त तेलाचा दाब विकसित करा

ड] टाकी पासून बेरीज पर्यंत तेल पंप

357]स्नेहन प्रणालीमध्ये जास्त तेलाचा दाब यामुळे असू शकतो

अ] संपमध्ये इंजिन तेलाचे प्रमाण कमी

ब] <u>रिलीफव्हॉल्व्हचेचुकीचेसमायोजन</u>

C] सक्शन पाईपवर कमी सक्शन प्रभाव

D] वरीलपैकी काहीही नाही

358] खालीलपैकी कोणता घटक एक्झॉस्ट वायूंचा आवाज कमी करतो?

अ] एक्झॉस्ट पाईप

ब] मफलर

क] इनलेट मॅनिफोल्ड

ड] शेपटी पाईप.

359] एअर कंप्रेसरद्वारे चालविले जाते

अ] हेवी ड्युटी इंजिन सुरू करणे

ब] स्टार्टर मोटर

C] हायड्रॉलिक क्रँकिंग

ड] इलेक्ट्रिक मोटर

360] प्रणालीला संकुचित हवा प्रदान करते

अ] एअरकंप्रेसर

ब] अनलोडर वाल्व

सी] सुरक्षा झडप

ड] ब्रेक चेंबर

361] एअर कंप्रेसरसाठी वापरले जाते

अ] बहुउद्देशीय

ब] फक्त गाडी उचलण्यासाठी

क] चाक उचलणे आणि काढणे

ड] छिन्नी दळणे.

362] एअर कॉम्प्रेसरमध्ये, सुरक्षा उपकरण वापरले जाते

अ] हवा चोखणे

ब] हवा पूर्णपणे सोडणे

क] हवेच्या दाबाचे नियमन करणे

ड] हवेचा अतिरीक्त दाब सोडणे .

363] एअर कंप्रेसरमध्ये वापरले जाते

अ] दाब मापक

ब] तेलाची टाकी

क] तेल स्प्रे बंदूक

ड] कार फडकावणे

364] सिलेंडरमध्ये प्रवेश करणारी हवा स्वच्छ करते

अ] एअर हॉर्न

ब] इंधनाची वाटी

क] हवास्वच्छकरणारा

ड] वायु रक्तस्त्राव

365] इंधन वाहून नेतो

अ] कार्बोरिटर
ब] पंप
क] पाईप लाईन्स
ड] <u>पेट्रोलटाकी</u>
366] पेट्रोल साठवतो
अ] कार्बोरिटर
ब] पंप
क] पाईप लाईन्स
ड] <u>पेट्रोलटाकी</u>
367] इंजिनला पेट्रोल वितरीत करते
अ] <u>कार्बोरिटर</u>
ब] पंप
क] पाईप लाईन्स
ड] पेट्रोल टाकी

fuel pump1

fuel pump

वाहनातील इंधन पंप

368] कार्बोरिटरला पेट्रोल वितरीत करते
अ] कार्बोरिटर

ब] <u>पंप</u>

क] पाईप लाईन्स

ड] पेट्रोल टाकी

369] पेट्रोल धरतो

अ] एअर हॉर्न

ब] <u>इंधनाचीवाटी</u>

क] हवा स्वच्छ करणारा

ड] वायु रक्तस्त्राव

370] पेट्रोल हवेचे मिश्रण सिलेंडरमध्ये संकुचित केले असल्यास

अ] त्याची मात्रा कमी होते

ब] त्याचा दाब वाढेल

C] त्याचे तापमान वाढेल

ड] <u>वरीलसर्वघडेल</u>

371]सक्शन स्ट्रोक दरम्यान पेट्रोल इंजिनमध्ये काढलेला चार्ज असतो

अ] फक्त हवा

B. <u>हवाआणिपेट्रोलचेमिश्रण</u>

C] फक्त पेट्रोल

डी] पेट्रोल व्यतिरिक्त इतर इंधन

petrol engine1

diesel petrol engine

कारमधील पेट्रोल इंजिन

372] पेट्रोल इंजिनमध्ये व्हॅक्यूममुळे वायु इंधनाचे मिश्रण सिलेंडरमध्ये काढले जाते.

अ] पॉवर स्ट्रोक

ब] एक्झॉस्ट स्ट्रोक

क] <u>सक्शनस्ट्रोक</u>

ड] कॉम्प्रेशन स्ट्रोक

373] पेट्रोल इंजिनचा उच्च इंधन वापर यामुळे असू शकतो

अ] <u>कार्बोरिटरमधूनइंधनाचीगळती</u>

ब] स्नेहन प्रणालीतील दोष

सी] सेवन मॅनिफोल्ड मध्ये हवा गळती

डी] चुकीचा निष्क्रिय वेग (खूप कमी]

374] कार्बोरिटरमध्ये फ्लोट सर्किट प्रदान केले जाते

अ] इंधनाची वाफ साठवण्यासाठी

ब] हवा आणि इंधन यांचे मिश्रण पुरवण्यासाठी

C] <u>फ्लोटचेंबरमध्येइंधनाचीयोग्यपातळीराखण्यासाठी</u>

D] वरीलपैकी काहीही नाही

375] इंजिनचा वेग वाढवणे किंवा कमी करणे

ब] स्पीडोमीटर

क] क्लच पेडल

डी] इग्निशन स्विच

इ] <u>प्रवेगक</u>

376] इतर वाहनांना ओव्हरटेक करण्यास परवानगी देताना

अ] वेग वाढवणे

ब] <u>प्रवेगक कमी करा</u>

क] वाहन थांबवा

ड] वाहन उजवीकडे हलवा.

377] इंधन आग पकडणे

अ] TDC

ब] सायकल

C] BDC

ड] <u>प्रज्वलन</u>

378] टाकी बाहेरून सील करणे.

अ] गोंधळ

ब] <u>फिल्टरकॅप</u>

क] बाफमध्ये पॅसेज

ड] फिलर मान

379] टाकीमधील इंधन कमी होण्यास प्रतिबंध करते

अ] <u>गोंधळ</u>

ब] फिल्टर कॅप

क] बाफमध्ये पॅसेज

ड] फिलर मान

380] टाकीत इंधन भरणे

अ] गोंधळ

ब] फिल्टर कॅप

क] बाफमध्ये पॅसेज

ड] फिलरमान

381] एका डब्यातून दुसऱ्या डब्यात इंधन स्थानांतरित करणे

अ] गोंधळ

ब] फिल्टर कॅप

क] बाफमध्येपॅसेज

ड] फिलर मान

382] मूव्हिंग कॉइल इन्स्ट्रुमेंट ... च्या प्रभावावर कार्य करते.

अ] रासायनिक प्रभाव

ब] हीटिंग इफेक्ट

C] इलेक्ट्रोस्टॅटिक प्रभाव

ड] इलेक्ट्रोमॅग्नेटिकप्रभाव

383] बॅटरी पॉवर

अ] हेवी ड्युटी इंजिन सुरू करणे

ब] स्टार्टर मोटर

C] हायड्रॉलिक क्रॅंकिंग

ड] इलेक्ट्रिक मोटर

starter winding
armature2   mmv Starter winding armature

वाहनातील स्टार्टर वाइंडिंग आर्मेचर

384] सोलनॉइडचे दोन टर्मिनल कनेक्ट करा.

अ] पिनियन

ब] ओव्हर रनिंग क्लच

क] प्लंजरडिस्क

ड] घट्ट पकड

385] हॉर्न बटण दाबल्यावर विद्युतप्रवाह हॉर्नमधून वाहतो

अ] हॉर्न स्विच

ब] सोलनॉइड कॉइल

क] बॅटरी

ड] चेसिस.

386] कोरचे चुंबकाकडे वळते

अ] सोलेनोइड स्विच

ब] सक्रिय करणारी तार (गरम झाल्यावर]

C] बॅलास्ट प्रतिरोधक

डी] एक्च्युएटिंग वायर (थंड झाल्यावर]

387] कारमधील अल्टरनेटर 4A वितरित करतो आणि त्याच्या टर्मिनल्समध्ये 3 ओमचा भार जोडलेला असतो. सर्किटचे व्होल्टेज शोधा

A] 18V

ब] 24V

C] 12V

D] 16V

dynamo distributor cap6

mmv distributor cap

इंजिनमधील डायनॅमो (अल्टरनेटर) वितरक कॅप
औद्योगिक प्रशिक्षण संस्था
मासिक चाचणी-1, गुण- 20, तारीख:- ________________
(प्रत्येक प्रश्नाला दोन गुण असतात)

1-06] SS प्रणालीचा फायदा ------ आहे.

अ] उत्पादकतेत वाढ

ब] गुणवत्तेत वाढ

क] वेळेचा अपव्यय कमी करणे

ड] हे सर्व

2-07] सुरक्षा म्हणजे -----------

अ] कोणाचाही धंदा नाही

ब] प्रत्येक शरीराचा व्यवसाय

क] काही शरीर व्यवसाय

ड] संस्थेचा व्यवसाय

3-08] मूलभूत श्रेणींसाठी सुरक्षा चिन्हे उपलब्ध आहेत "निषेध" चिन्हाचा अर्थ ----

अ] ते करू नये असे दाखवते

ब] काय केले पाहिजे ते दाखवते

क] धोक्याची किंवा धोक्याची चेतावणी देते

ड] सुरक्षा तरतुदीची माहिती देते

4-09] वर्कशॉप सुरक्षा कोणती आहे?

अ] दुकानातील मजला स्वच्छ आणि ग्रीस, तेल किंवा इतर निसरड्या पदार्थांपासून मुक्त ठेवा

ब] वेग बदलण्यापूर्वी मशीन थांबवा

C] फटाके किंवा चिरलेली साधने वापरू नका

ड] धावणारे मशीन हाताने थांबवण्याचा प्रयत्न करू नका

5-10] वैयक्तिक संरक्षण उपकरणांमध्ये (PPE) हेल्मेट वापरले जाते

अ] डोक्याचे रक्षण करा

ब] डोळ्यांचे रक्षण करा

क] हातांचे संरक्षण करा

ड] कानांचे रक्षण करा

6-11] खालीलपैकी कोणते सामान्य सुरक्षिततेशी संबंधित आहे?

A चांगल्या वृत्तीचा कार्यकर्ता ठेवा

ब] काम स्वच्छ आणि स्पष्ट

क] आपल्या कामावर लक्ष केंद्रित करा

ड] मजला आणि गँगवे स्वच्छ आणि स्वच्छ ठेवा

7-12] दळताना डोळ्यांच्या संरक्षणासाठी कोणता वापर केला जातो?

अ] गडद हिरवा काच

ब] मुखवटा

क] सूर्याचा चष्मा

ड] सुरक्षा गॉगल

8-13] खालीलपैकी कोणते मशीन सुरक्षिततेसाठी केले जाते?

अ] मशीन सुरू करण्यापूर्वी तेलाची पातळी तपासा

ब] पद्धतशीर पद्धतीने कामे करा

क] फरशी आणि गँगवे स्वच्छ आणि स्वच्छ ठेवा

ड] डाय आणि स्कार्फ वापरू नका

9-14] ln पर्सनल प्रोटेक्ट इक्विपमेंट (PPE), 'स्लीव्हज'चा वापर संरक्षणासाठी केला जातो ----------

चेहरा

ब] डोळे

क] कान

ड] हात

10-15] ABC म्हणजे ---------------

अ] स्वयंचलित श्वास नियंत्रण

ब] स्वयंचलित रक्त नियंत्रण

क] वायुमार्गातील श्वासोच्छवासाचे अभिसरण

ड] स्वयंचलित रक्त परिसंचरण

औद्योगिक प्रशिक्षण संस्था

मासिक चाचणी-2, गुण- 20, तारीख:- ________________

(प्रत्येक प्रश्नाला दोन गुण असतात)

1-21] समांतर रेषा चिन्हांकित करण्यासाठी वापरलेले साधन आहे, डेटाम काठाच्या समांतर आहे -

अ] जेनी कॅलिपर

ब] विभाजक

क] बाहेरील कॉलीपर

ड] कॅलिपरच्या आत

2-22] खालीलपैकी कोणते एक अप्रत्यक्ष मोजण्याचे साधन आहे?

अ] बाहेरील कॅलिपर

ब] व्हर्नियर कॅलिपर

क] पोलादी नियम

ड] बाहेरील मायक्रोमीटर

3-23] चिन्हांकित करताना संदर्भ पृष्ठभाग प्रदान केला जातो...

अ] पृष्ठभाग मापक

ब] वर्कपीस

क] कामाचे रेखाचित्र

D] मार्किंग टेबल पृष्ठभाग

4-24] सार्वत्रिक पृष्ठभाग गेजचा भाग जो डेटामच्या काठावर समांतर रेषा काढण्यास मदत करतो.

अ] रॉकर हात

ब] स्नग

क] बारीक समायोजन स्क्रू

ड] मार्गदर्शक पिन

5-25] स्क्राइबर बनलेले आहेत ...

अ] सौम्य पोलाद

ब] उच्च कार्बन स्टील

क] पितळ

ड] कास्ट लोह

6-26] हँडल फिक्स करण्यासाठी वापरल्या जाणार्‍या हातोड्याचा भाग...
चेहरा

ब] पेन

क] गाल

ड] डोळा छिद्र

7-27] चिन्हांकित करण्याच्या हेतूसाठी हातोड्याचे वजन आहे ...

अ] 250 ग्रॅम

ब] 500 ग्रॅम

क] १ किग्रॅ

ड] 2 किग्रॅ

8-28] डिव्हायडरचा आकार द्वारे निर्दिष्ट केला जातो ...

अ] पायांची एकूण लांबी

ब] पूर्णपणे उघडल्यावर बिंदूंमधील अंतर

क] बिंदूंशिवाय पायांची लांबी

D] पिव्होट आणि बिंदूमधील अंतर

9-29] केंद्र शोधण्यासाठी वापरलेल्या पंचाचे नाव सांगा.

अ] प्रिक पंच ३०°

ब] प्रिक पंच ६०°

क] केंद्र पंच

ड] डॉट पंच

10-30] मध्य पंचाचा बिंदू कोन -------- आहे.

अ] ३०°

ब] ५०°

c] 900

ड] 1200

औद्योगिक प्रशिक्षण संस्था
मासिक चाचणी-३, गुण- २०, तारीख:- _______________
(प्रत्येक प्रश्नाला दोन गुण असतात)

1-36] अभियंत्याच्या वाइसचा आकार द्वारे निर्दिष्ट केला जातो ...

अ] जंगम जबड्याची लांबी

ब] जबड्याची रुंदी

क] दुर्गुणाची उंची

ड] जबडा जास्तीत जास्त उघडणे

2-37] लेखकाचा बिंदू कोन ----------- आहे.

अ] ३०°

ब] ६०°

C] 5° ते 10°

D] 12° ते 15°

3-38] कास्ट आयरन चिपकण्यासाठी कटिंग अँगल आहे...

अ] ३७.५?

ब] 55?

क] 60?

ड] 90?

4-39] छिन्नी सामग्रीमध्ये खोदेल जेव्हा...

अ] रेक कोन अधिक आहे

ब] क्लिअरन्स कोन खूप कमी आहे

क] झुकाव कोन अधिक आहे

ड] झुकाव कोन खूप कमी आहे

5-40] कटिंग एजला थोडासा बहिर्वक्रता दिला जातो...

अ] वक्र पृष्ठभाग कापून टाका

ब] टोकदार कोपरे कापून घ्या

क] टोके खोदण्यास प्रतिबंध करा

ड] वंगण आत येऊ द्या

6-41] सरफेस प्लेट्स बनलेल्या आहेत...

अ] उच्च दर्जाचे कास्ट स्टील

ब] बारीक कच्चा लोह

क] मिश्र धातु स्टील्स

ड] लोह

7-42] पृष्ठभाग प्लेट्स त्यांच्या लांबी आणि रुंदीनुसार निर्दिष्ट केल्या जातात आणि मध्ये असतात

अ] डेसिमीटर

ब] घनमीटर

क] दंडगोलाकार

8-43] मार्किंग टाळण्यासाठी तयार ट्यूबलर रेंच पृष्ठभागांवर वापरले जाते.

अ] स्टिलसन पाईप

ब] चेन रिंच

क] पट्टा पाना

ड] फूटप्रिंट रेंच

9-44] बंदिस्त ठिकाणी पाईप्स आणि गोलाकार साठा पकडण्यासाठी आणि फिरवण्यासाठी वापरला जातो.

अ] स्टिलसन पाईप

ब] चेन रिंच

क] पट्टा पाना

ड] फूटप्रिंट रेंच

10-45] iarge व्यासाचे पाईप्स ठेवण्यासाठी वापरले जाते.

अ] स्टिलसन पाईप

ब] चेन रिंच

क] पट्टा पाना

ड] फूटप्रिंट रेंच

औद्योगिक प्रशिक्षण संस्था

मासिक चाचणी-4, गुण- 20, तारीख:- ________________

(प्रत्येक प्रश्नाला दोन गुण असतात)

1-266] वाहन उचलण्यासाठी वापरले जाते

अ] दाब मापक

ब] तेलाची टाकी

क] तेल स्प्रे बंदूक

ड] कार फडकावणे

2-267] कार होईस्टमध्ये वापरले जाते

अ] दाब मापक

ब] तेलाची टाकी

क] तेल स्प्रे बंदूक

ड] कार फडकावणे

3-268] डिझेल सायकलमध्ये ज्वलन येथे होते

अ] सतत दबाव

ब] स्थिर खंड '''

क] स्थिर तापमान

ड] स्थिर तापमान आणि दाब.

4-269] रुडॉल्फ डिझेलने Cl.engine विकसित केले

अ] 1876

ब] 1880

सी] 1892

ड] 1930

5-270] पर्किन्सने 'पी' मालिकेतील इंजिन तयार केले

अ] 1876

ब] 1880

सी] 1892

ड] 1930

6-271] NA OTTO ने 4 स्ट्रोक सायकल इंजिन विकसित केले

अ] 1876

ब] 1880

सी] 1892

ड] 1930

7-272] दुगाल्ड क्लर्कने 2 स्ट्रोक सायकल इंजिन विकसित केले

अ] 1876

ब] 1880

सी] 1892

ड] 1930

8-273] सर्व सिलिंडर आडव्या रेषेत

अ] 'व्ही' इंजिन

ब] इनलाइन इंजिन

C] विरोधक इंजिन

D] रेडियल इंजिन

9-274] सिलिंडर 'V' आकारात स्थित

अ] 'व्ही' इंजिन

ब] इनलाइन इंजिन

C] विरोधक इंजिन

D] रेडियल इंजिन

10-275] सिलिंडर त्रिज्या स्थितीत

अ] 'व्ही' इंजिन

ब] इनलाइन इंजिन

C] विरोधक इंजिन

D] रेडियल इंजिन

औद्योगिक प्रशिक्षण संस्था

मासिक चाचणी-5, गुण- 20, तारीखः- ______________

(प्रत्येक प्रश्नाला दोन गुण असतात)

1-276] सिलिंडर एकमेकांच्या विरुद्ध क्षैतिजरित्या व्यवस्था केलेले

अ] 'व्ही' इंजिन

ब] इनलाइन इंजिन

C] विरोधक इंजिन

D] रेडियल इंजिन

2-277] पार्किंग लाइट कम इंडिकेटर म्हणून वापरला जातो

अ] एक सममितीय बल्ब

ब] सूक्ष्म बल्ब

क] फेस्टून बल्ब

D] SC/SF

3-278] नो प्लेट दिवा आणि ब्रेक दिवा म्हणून वापरला जातो

ब] सूक्ष्म बल्ब

क] फेस्टून बल्ब

ड] SC/SF

ई] डीसी/डीएफ

4-279] दुचाकी टेल लॅम्प म्हणून वापरला जातो

अ] एक सममितीय बल्ब

ब] सूक्ष्म बल्ब

क] फेस्टून बल्ब

D] SC/SF

5-280] पॅनेल इन्स्ट्रुमेंट दिवा म्हणून वापरला जातो

अ] एक सममितीय बल्ब

ब] सूक्ष्म बल्ब

क] फेस्टून बल्ब

D] SCIS.F.

6-281] हेडलाइट बल्ब म्हणून वापरला जातो

अ] एक सममितीय बल्ब

ब] सूक्ष्म बल्ब

क] फेस्टून बल्ब

D] SCIS.F.

7-282] हेड लाईटचे भाग बदलले जाऊ शकतात

अ] सीलबंद तुळई

ब] फ्लश फिटिंग प्रकार

C] प्रीफोकस केलेला बल्ब

ड] हॅलोजन बल्ब.

8-283] हेड लाइट देखील म्हणून वापरले जाते

अ] बाजूचे सूचक

ब] थांबा सूचक

C] सिग्नलिंग यंत्र

ड] गरम करणारे यंत्र.

9-284] शेल प्रकाश किरण रस्त्यावर निर्देशित करण्यासाठी

अ] हेडलॅम्प

ब] परावर्तक

क] भिंग

ड] दत्तक

10-285] होल्डरमध्ये बल्ब ठेवण्यासाठी

अ] हेडलॅम्प

ब] परावर्तक

क] भिंग

ड] दत्तक

औद्योगिक प्रशिक्षण संस्था

मासिक चाचणी-6, गुण- 20, तारीख:- _______________

(प्रत्येक प्रश्नाला दोन गुण असतात)

1-286] रोषणाई निर्माण करणे

ब] परावर्तक

क] भिंग

ड] दत्तक

इ] बल्ब

2-287] सपाट अंडाकृती आकाराचे तुळई तयार करणे

अ] हेडलॅम्प

ब] परावर्तक

क] भिंग

ड] दत्तक

3-288] रिफ्लेक्टरला स्थितीत ठेवण्यासाठी

अ] हेडलॅम्प

ब] परावर्तक

क] भिंग

ड] दत्तक

4-289] वाहनाला ब्रेक लावला जात आहे हे दर्शविण्यासाठी

अ] हेडलाइट

ब] पार्किंग लाइट

क] प्रकाश थांबवा

ड] पटल प्रकाश

5-290] गेजचे कार्य वाचण्यासाठी

अ] हेडलाइट

ब] पार्किंग लाइट

क] प्रकाश थांबवा

ड] पटल प्रकाश

6-291] रस्त्यावर रोषणाई प्रदान करणे

अ] हेडलाइट

ब] पार्किंग लाइट

क] प्रकाश थांबवा

ड] पटल प्रकाश

7-292] वाहनाचे पार्किंग सूचित करण्यासाठी

अ] हेडलाइट

ब] पार्किंग लाइट

क] प्रकाश थांबवा

ड] पटल प्रकाश

8-293] सिलिंडरच्या डोक्यातून शिसक्याचा आवाज येण्याचे कारण काय आहे?

अ] जास्त टॅपेट क्लिअरन्स

ब] चुकीचे इंजेक्शन वेळ

क] पाय-इग्निशन

ड] एअर क्लिनर माउंटिंग लूज.

9-294] सिलेंडर हेड किंवा ब्लॉक वर आरोहित

अ] पंख

ब] रेडिएटर्स

क] पंखा

ड] पाण्याचा पंप

10-295] सिलिंडरच्या आत आणि बाहेर दोन्ही मार्गांनी द्रव येऊ देते

अ] पिस्टन

ब] पुश रॉड

क] प्राथमिक कप

ड] झडप तपासा

औद्योगिक प्रशिक्षण संस्था
मासिक चाचणी-7, गुण- 20, तारीख:- _______________
(प्रत्येक प्रश्नाला दोन गुण असतात)

1-296] हवेच्या टाकीतून हवेचा अतिरिक्त दाब कमी होतो.

अ] एअर कंप्रेसर

ब] अनलोडर वाल्व

सी] सुरक्षा झडप

ड] ब्रेक चेंबर

2-297] हवेच्या टाकीपर्यंत पोहोचून जास्तीत जास्त हवेचा दाब नियंत्रित करते.

अ] एअर कंप्रेसर

ब] अनलोडर वाल्व

सी] सुरक्षा झडप

ड] ब्रेक चेंबर

3-298] समोर आणि मागील ब्रेकला हवा पुरवठा करते

अ] ब्रेक ॲक्ट्युएटर

ब] ड्युअल ब्रेक व्हॉल्व्ह

क] प्रणाली संरक्षण झडपा

ड] झडप झडप

4-299] वाहन पार्किंगसाठी चालवले जाते.

अ] ब्रेक ॲक्ट्युएटर

ब] ड्युअल ब्रेक व्हॉल्व्ह

क] प्रणाली संरक्षण झडपा

ड] झडप झडप

5-300] विविध सर्किट्समध्ये हवा वितरीत करते

अ] ब्रेक ॲक्ट्युएटर

ब] ड्युअल ब्रेक व्हॉल्व्ह

क] प्रणाली संरक्षण झडपा

6-301] वाल्व बंद स्थितीत ठेवते

अ] पुश रॉड

ब] टॅपेट

क] वसंत ऋतु

ड] कॅम लोब

7-302] इंधन आत आणि बाहेर वाहू द्या

अ] झडपा

ब] कॉइल स्प्रिंग

क] डायाफ्राम

ड] रॉकर हात

8-303] शीतलकांना विस्तार टाकीमध्ये परवानगी देते

अ] प्रेशर रिलीफ व्हॉल्व्ह

ब] इंजिन फॅन बेल्ट

C] रेडिएटर ड्रेन प्लग

ड] ओव्हर फ्लो पाईप

9-304] ओव्हरफ्लो व्हॉल्व्ह वापरला जातो

अ] इंधन भरणा यंत्रातील अतिरिक्त इंधन परत पाठवणे

ब] इंधन फिल्टरला अधिक इंधन पुरवठा करण्यासाठी

C] स्वच्छ इंधन पुरवठा करण्यासाठी

ड] गळती होणारे इंधन घेणे

10-305] फीड पंप चालवले जातात

अ] इंजिनचा कॅमशाफ्ट

ब] एफआयपीचा कॅमशाफ्ट

C] टायमिंग गीअर्स

ड] इंजिन ते इंजिन बदलते.

औद्योगिक प्रशिक्षण संस्था

मासिक चाचणी-8, गुण- 20, तारीख:- ________________

(प्रत्येक प्रश्नाला दोन गुण असतात)

1-306] तेल पंप सामान्यतः द्वारे चालविले जातात

अ] कॅमशाफ्ट

ब] रॉकर शाफ्ट

क] क्रॅंकशाफ्ट

ड] डँपर पुली

2-307]इंजिन मुळे कमी उर्जा विकसित करते

अ] दोषपूर्ण प्रज्वलन वेळ

ब] जास्त प्रमाणात समृद्ध मिश्रण

C] सदोष स्नेहन प्रणाली

डी] खूप घट्ट सिलेंडर हेड

3-308] द्रवपदार्थांवर दबाव निर्माण करतो

अ] ब्रेक पेडल

ब] मास्टर सिलेंडर पिस्टन

क] व्हील सिलेंडर पिस्टन

ड] वितरण ब्लॉक

4-309] मास्टर सिलेंडर पिस्टनला लिंकेजमधून ढकलतो.

अ] ब्रेक पेडल

ब] मास्टर सिलेंडर पिस्टन

क] व्हील सिलेंडर पिस्टन

ड] वितरण ब्लॉक

5-310] पिस्टन सक्रिय करते

अ] पिस्टन

ब] पुश रॉड

क] प्राथमिक कप

ड] झडप तपासा

6-311] द्रवपदार्थांवर दबाव विकसित होतो

अ] पिस्टन

ब] पुश रॉड

क] प्राथमिक कप

ड] झडप तपासा

7-312] पिस्टनचे विस्थापन खंड

अ] |.एचपी

ब] स्वीप्ट खंड

क] यांत्रिक कार्यक्षमता

ड] अश्वशक्ती

8-313] सिलेंडरमध्ये पिस्टनच्या खालच्या दिशेने हालचालीचा प्रारंभ बिंदू

अ] TDC

ब] सायकल

C] BDC

ड] प्रज्वलन

9-314] सिलेंडरमध्ये पिस्टनच्या वरच्या दिशेने हालचालीचा प्रारंभ बिंदू

अ] TDC

ब] सायकल

C] BDC

ड] प्रज्वलन

10-315] फुंकणे प्रतिबंधित करते

अ] पिस्टन

ब] पिस्टन पिन

क] कनेक्टिंग रॉड

ड] पिस्टन रिंग

औद्योगिक प्रशिक्षण संस्था

मासिक चाचणी-9, गुण- 20, तारीख:- ________________

(प्रत्येक प्रश्नाला दोन गुण असतात)

1-316] सिलिंडर मध्ये परस्पर

अ] पिस्टन

ब] पिस्टन पिन

क] कनेक्टिंग रॉड

ड] पिस्टन रिंग

2-317] पिस्टन आणि कनेक्टिंग रॉड जोडते

अ] पिस्टन

ब] पिस्टन पिन

क] कनेक्टिंग रॉड

ड] पिस्टन रिंग

3-318] सिलेंडरमध्ये दोलन

अ] पिस्टन

ब] पिस्टन पिन

क] कनेक्टिंग रॉड

ड] पिस्टन रिंग

4-319]कनेक्टिंग रॉडचे वरचे आणि खालचे भाग बोल्ट केलेले आहेत

अ] क्रँकशाफ्ट मॅन जर्नल

ब] क्रँकपिन जर्नल

क] कॅमशाफ्ट

ड] पिस्टन पिन बॉस

5-320] क्रँकशाफ्ट मेन जर्नल आणि क्रँक पिन दरम्यान एक छिद्र पाडले जाते

अ] क्रँकशाफ्टचे संतुलन

ब] क्रँकशाफ्ट वजन कमी करणे

C] वंगण कनेक्टिंग रॉड बीयरिंग

ड] क्रँकशाफ्ट कंपन कमी करणे

6-321] परस्पर गतीला रोटरी गतीमध्ये रूपांतरित करते

अ] क्रँकशाफ्ट

ब] फ्लायव्हील्स

C] टॉर्क रेंच

ड] थ्रस्ट बेअरिंग

7-322] रोटरी हालचाल खेचणे आणि क्रिया ढकलणे

अ] वायपर मोटर

ब] क्रँकिंग लिंक

क] पिनियन

ड] वायपर ब्लेड

8-323] व्हील हब बेअरिंग्स सामावून घेतात.

अ] किंगपिन

ब] स्प्रिंग पॅड

क] स्टब एक्सल शाफ्ट भाग

ड] ट्रॅक रॉड बॉल सांधे

9-324] ड्रॉअल प्लेटसह ढकलणे

अ] क्लच कव्हर

ब] रिलीझ बेअरिंग

क] बोटे सोडणे

ड] क्लच प्लेट

10-325] जोराचा भार घेतो

अ] क्रँकशाफ्ट

ब] फ्लायव्हील्स

C] टॉर्क रेंच

ड] थ्रस्ट बेअरिंग

औद्योगिक प्रशिक्षण संस्था

मासिक चाचणी-10, गुण- 20, तारीख:- ________________

(प्रत्येक प्रश्नाला दोन गुण असतात)

1-326]वितरक शाफ्ट द्वारे समर्थित आहे

अ] बॉल बेअरिंग

ब] शेल बेअरिंग

क] बुश बेअरिंग

ड] सुई बेअरिंग

2-327] ऊर्जा साठवते

अ] क्रँकशाफ्ट

ब] फ्लायव्हील्स

C] टॉर्क रेंच

ड] थ्रस्ट बेअरिंग

3-328] फ्लायव्हील रिंगसह व्यस्त आहे

अ] पिनियन

ब] ओव्हर रनिंग क्लच

क] प्लंजर डिस्क

ड] घट्ट पकड

4-329] फ्लायव्हील मॅग्नेटोचा समावेश होतो

अ] तात्पुरता चुंबक

ब] बार चुंबक

क] कायम चुंबक

ड] सुई चुंबक.

5-330] फ्लायव्हील मॅग्नेटोमध्ये, इग्निशन कॉइल असते

अ] स्थिर

ब] हलणे

क] फिरणारा

ड] दोलन.

6-331] कायम चुंबकाला फिरवणे

अ] स्विच

ब] दुय्यम कॉइल

क] फ्लायव्हील्स

ड] कंडेन्सर्स

7-332] वाहन उलटवताना चालकाचे नियंत्रण असावे

अ] घट्ट पकड

ब] फॉरवर्ड गियर

क] प्रवेगक

ड] हँड ब्रेक.

8-333] क्लच प्लेट असेंब्लीमध्ये स्प्रिंगससह मध्यवर्ती स्टील डिस्क असते

अ] ताकद

ब] लवचिकता

क] कमी आवाज

ड] शोषक धक्के

9-334] मध्ये कुत्र्यांच्या तावडीचा वापर केला जातो

अ] गियर बॉक्स

ब] घर्षण तावडी

C] ब्रेक्स

ड] भिन्नता

10-335] सिंक्रोमेश यंत्रणा प्रदान केली आहे

अ] वाहनाचा वेग वाढवणे

ब] वाहनाचा वेग कमी करणे

C] गुळगुळीत गियर प्रतिबद्धता

ड] वरीलपैकी काहीही नाही.

औद्योगिक प्रशिक्षण संस्था

मासिक चाचणी-11, गुण- 20, तारीख:- ________________

(प्रत्येक प्रश्नाला दोन गुण असतात)

1-336] फक्त स्पर गीअर्स वापरले जातात

अ] सरकणारी जाळी

ब] सिंक्रोमेश

क] डबल डिक्लचिंग

ड] हस्तांतरण प्रकरण

2-337] गुळगुळीत गियर शिफ्टिंगसाठी वापरले जाते

अ] सरकणारी जाळी

ब] सिंक्रोमेश

क] डबल डिक्लचिंग

ड] हस्तांतरण प्रकरण

3-338] हार्ड गियर शिफ्टिंगमुळे आहे

अ] जीर्ण झालेली क्लच डिस्क

ब] खराब झालेले मुख्य शाफ्ट बीयरिंग

C] सिंक्रोनायझर युनिट खराब झाले

ड] गिअरबॉक्समध्ये जास्त तेल.

4-339] गियर स्लिपमुळे आहे

अ] थकलेला सिंक्रोनायझर

ब] जीर्ण झालेली क्लच डिस्क

C] कोरडे मुख्य शाफ्ट बेअरिंग

ड] क्लचचा कमकुवत दाब स्प्रिंग.

5-340] विशिष्ट गियरमधील आवाज यामुळे होतो

अ] अपुरा क्लच पेडल फ्री प्ले

ब] गियर दात नुकसान

C] क्रॅक्ड गियर बॉक्स केस

ड] खराब झालेले सिंक्रोमेश युनिट.

6-341] गियरशिफ्ट लीव्हर यासाठी वापरला जातो

अ] क्लच सोडणे

ब] गियर बदलणे

क] इंजिनचा वेग वाढवणे

ड] वाहनाची दिशा नियंत्रित करणे.

7-342] कोणत्या प्रकारच्या स्टीयरिंग गियर बॉक्समध्ये व्हेरिएबल स्टीयरिंग रेशन प्राप्त होते?

अ] वर्म आणि रोलर स्टीयरिंग गियर

ब] वर्म आणि नट स्टीयरिंग गियर

C] वर्म आणि सेक्टर स्टीयरिंग गियर

डी] रॅक आणि पिनियन स्टीयरिंग गियर

8-343] यादृवारे वाहन वेगवेगळे वेग मिळवते

अ] गियर बॉक्स

ब] घट्ट पकड

क] भिन्नता

D] मागील एक्सल आणि चाक

9-344] मध्ये कुत्र्यांच्या तावडीचा वापर केला जातो

अ] गियर बॉक्स

ब] घर्षण तावडी

C] ब्रेक्स

ड] भिन्नता

10-345] 3 स्पीड गिअर बॉक्समध्ये खालील गीअर्सच्या संयोजनात प्रदान केले आहेत

अ] 3 फॉरवर्ड आणि 1 रिव्हर्स

ब] 2 फॉरवर्ड आणि 1 रिव्हर्स

क] 4 पुढे

D] 2 फॉरवर्ड आणि 2 रिव्हर्स

औद्योगिक प्रशिक्षण संस्था

मासिक चाचणी-12, गुण- 20, तारीख:- _______________

(प्रत्येक प्रश्नाला दोन गुण असतात)

1-346] कोणता गियर अक्षीय विश्वास निर्माण करत नाही

अ] स्पूर गियर

ब] हेलिकल गियर

C] सर्पिल बेव्हल गियर

डी] बेव्हल गियर

2-347] जे गीअर्स रोटरी मोशनला रेखीय गतीमध्ये रूपांतरित करते

अ] वर्म गियर्स

ब] हेरिंग बोन गियर

क] रॅक आणि पिनियन

ड] हेलिकल गियर

3-348] गियर घसरण्याचे कारण काय आहे

अ] अनल्युब्रिकेटेड गियर linka-ges

ब] गिअर बॉक्समध्ये कमी तेल

क] गियरचे तुटलेले दात

डी] गियर लीव्हरचे चुकीचे समायोजन

4-349] विभेदक गियर गुणोत्तर खालीलपैकी कोणत्याही एका विधानावरून काढले जाऊ शकते

अ] सूर्य गियर

ब] ग्रहांची गियर

क] मुकुट चाक

ड] पिनियन

5-350] कूलिंग सिस्टीममधील कूलिंगमध्ये कूलंटचे उकळते तापमान याच्या वापरामुळे वाढते.

अ] वॉटर जॅकेट

B] फक्त व्हॅक्यूम वाल्व

C]प्रेशर प्रकार रेडिएटर कॅप

डी] रेडिएटर कोर ट्यूब्स/पाईप्स

6-351] प्रेशर रेडिएटर कॅपचा मुख्य उद्देश आहे

अ] प्रणालीवर दबाव आणा

ब] हवेतील पाण्याचे अभिसरण वाढवा

सी] प्रणालीमध्ये व्हॅक्यूम विकसित करण्यास मदत

D] दबाव वाढणे टाळा

7-352] खालीलपैकी एक कारण इंजिन जास्त गरम होण्यास कारणीभूत ठरू शकते

A] अडकलेले रेडिएटर कोर

ब]कमी निष्क्रिय गती सेटिंग

C]अत्याधिक व्हॉल्व्ह टॅपेट क्लीयरन्स

डी] स्नेहन तेलाचा दाब खूप जास्त आहे

8-353] सिलेंडर हेड किंवा ब्लॉक वर आरोहित

अ] पंख

ब] रेडिएटर्स

क] पंखा

ड] पाण्याचा पंप

9-354] पाण्याचा पंप चालवतो

अ] प्रेशर रिलीफ व्हॉल्व्ह

ब] इंजिन फॅन बेल्ट

C] रेडिएटर ड्रेन प्लग

ड] ओव्हर फ्लो पाईप

10-355] थर्मोस्टॅट झडप उघड्या स्थितीत राहिल्यास खालीलपैकी कोणते होईल

अ]इंजिनपर्यंत स्लो वार्मिंग

b]इंजिन जास्त उष्णता देईल

C]इंजिन सुरू होण्यात अयशस्वी

डी] इंजिनचे स्टॉलिंग

9 798888 717912 4